பிரபஞ்சத்தின் சமையல் குறிப்புப் புத்தகம்
எதிர் - கவிதைகளும் பிற கவிதைகளும்

இந்திரன்

Yali Print

பிரபஞ்சத்தின் சமையல் குறிப்புப் புத்தகம்

எதிர் - கவிதைகளும் பிற கவிதைகளும்

இந்திரன்

Yali Print

Dedicated to

My Irish grand daughter Ava Ambika Roche

நூல் பெயர்: பிரபஞ்சத்தின் சமையல் குறிப்புப் புத்தகம்
(எதிர் கவிதைகளும் பிற கவிதைகளும்)

ஆசிரியர்: இந்திரன் ©
அட்டைப்படம்: இந்திரன்
வடிவமைப்பு: ஆர்.பிரகாஷ்
மொழி: தமிழ்
முதல் பதிப்பு: பிப்ரவரி, 2021
இரண்டாம் பதிப்பு : டிசம்பர், 2023
பக்கங்கள்: 178

யாளி பதிவு வெளியீடு,
8/17, கார்ப்பரேஷன் காலனி, ஆற்காடு சாலை, கோடம்பாக்கம்,
சென்னை - 600024, இந்தியா.
கைபேசி: 9840738224 மின்னஞ்சல்: indran48@gmail.com

விலை: ரூ. 200/
. . . .

Book Name: THE COOKERY BOOK OF THE UNIVERSE
             (Anti- poetry and other poems)
Author :   Indran Rajendran ©
Pages: 178

YALI PRINT PUBLICATION,

8/17,Corporation colony, Arcot road, Kodambaakkam, Chennai
600024 mobile: 9840738224

Price: Rs. 200

இந்திரன் (1948) கவிஞர் / கலை விமர்சகர் / மொழி பெயர்ப்பாளர் / ஓவியர்

2011க்கான சாகித்திய அகாடமியின் மொழிபெயர்ப்பு விருது பெற்ற இந்திரன் பாண்டிச்சேரியில் பிறந்தவர். இவர் 40க்கு மேற்பட்ட நூல்களை எழுதியவர். தமிழ், ஆங்கில மொழிகளில் எழுதுபவர். பிரிட்டீஷ் அருங்காட்சியகங்களில் சேகரிக்கப்பட்ட இந்தியக் கலைப் பொருட்களை ஆய்வு செய்தவர். தமிழக அரசுக்காக திருக்குறளின் 133 அதிகாரங்களுக்கு 133 ஓவியர்களின் படைப்புகளைச் சேகரித்துக் கண்காட்சி அமைத்தவர். இலக்கியத்தின் பொருட்டு கொதுலுப், ரீயூனியன் பிரெஞ்சுத் தீவுகளுக்கும், இலங்கை, சிங்கப்பூர், ஐரோப்பிய நாடுகளுக்கும் பயணித்தவர். தமிழர்களுக்கு என்று தனித்துவமான அழகியல் உண்டு என்பதைத் தனது "தமிழ் அழகியல்" எனும் நூலின் மூலம் பதிவு செய்தவர். "தமிழ் ஓவியம்" (ART TAMOUL) எனும் 20 தமிழ் ஓவியர்களின் படைப்புகளின் கண்காட்சியை பாரிஸ் நகரத்தில் நடத்தியவர்.

திருவடி மலர்கள் — மரபுக் கவிதைகள் (1972), Syllables of Silence (1982), அந்நியன் (1982), முப்பட்டை நகரம் (1991), சாம்பல் வார்த்தைகள் —நெடுங்கவிதை (1994), Acrylic moon (1996), Selected Poems of Indran (2002), மின்துகள் பரப்பு (2003), மிக அருகில் கடல் (2014), மேசை மேல் செத்த பூனை — எதிர் கவிதைகள் (2018) என 10 கவிதை நூல்கள் எழுதியவர். இந்நூல் இவரது 11வது கவிதைத் தொகுப்பு. இவரது 50 ஆண்டுக்காலக் கவிதைகள் முழுத் தொகுப்பாக

"பிரம்மைகளின் மாளிகை" எனும் பெயரில் 2021இல் வெளிவந்திருக்கிறது.

9 கலை விமர்சனம், 8 மொழிபெயர்ப்பு, 1 நினைவுக் குறிப்புகள், 2 உரையாடல், 4 தொகுப்பு நூல்களை எழுதியவர். வெளிச்சம் *(1976)*, The Living Art (1992), நுண்கலை *(1999)* ஆகிய இதழ்களின் ஆசிரியர். A Dialogue with painting (2008), The Sculptural Energy (2008) ஆகிய குறும்படங்களை எடுத்தவர். 7 ஓவியக் கண்காட்சிகளை அமைத்தவர். 7 கருத்தரங்குகள் அமைத்தவர்.

தற்போது சென்னையில் வசிக்கும் இவர் சலியாது எழுதி வருபவர்.

மின்னஞ்சல்: Indran48@gmail.com
mobile: 98407 38224

முன்னுரைக்குப் பதிலாக
ஒரு முக்கிய அறிக்கை

எனது இந்நூலில் உள்ள கவிதைகளை எனது முன் அனுமதியின்றி யார் வேண்டுமானாலும் எடுத்து அச்சிட்டுக் கொள்ளலாம். இதற்காக இவை தேசியவுடைமையாகும்வரை நீங்கள் காத்திருக்க வேண்டிய அவசியமில்லை. இப்போதே இவற்றை எடுத்து நீங்கள் பயன்படுத்தலாம். என் மனைவிக்கோ, மகள்களுக்கோ, பிற வாரிசுதாரர்களுக்கோ இதில் எந்த உரிமையும் இல்லை. இத்தொகுதியில் இருக்கும் எனது கவிதைகள் எனது தனியுடைமை அல்ல. பொதுவுடைமை.

வாய்மொழியாகவே ராமாயணமும், மகாபாரதமும், திருக்குறளும், ஆத்திசூடியும் எல்லோருக்கும் பொதுச் சொத்தாக இருந்து வரும் ஒரு நாட்டில் வாழ்கிறவன் என்ற வகையில் அறிவுப் பகிர்தலைப் பணத்தோடு தொடர்பு படுத்தும் சட்டங்கள் எதுவும் இந்த நூலை கட்டுப் படுத்தாது.

என் கவிதைகளை மற்றவர்கள் திருடி விடுவார்கள் என்கிற கவலை எனக்கு இல்லை. மற்றவர்களைத் திருடத் தூண்டும் வரிகளை எழுத வேண்டுமென்றே இரவும் பகலுமாக உழைக்கிறேன்.

நான் இலக்கியச் சன்னிதானங்களுக்காக எழுதுகிற எழுத்தாளன் அல்ல. முகம் தெரியாத ஓரத்து வாசகனுக்காக எழுதுகிற ஒரு எழுத்தாளன். என்னை யாரென்று அறியாமலேயே என் எழுத்துகளை வாசித்து, அதன் குறை நிறைகளை எடைபோட்டு, வேறு யாருக்காகவும் அல்லாமல் தன் சுய

சந்தோஷத்துக்காகவே மதிப்பெண் கொடுத்துப் பாராட்டும் வாசகனை மனதில் கொண்டே நான் எழுதுகிறேன்.

நான் இதுவரை ஏந்தி ஓடி வந்த தீப்பந்தத்தை இனி தொடர்ந்து ஓடப்போகிற இளைய சக்திகளிடம் ஒப்படைத்து விட வேண்டும் என்பதே என் குறிக்கோள். இதுவரை சேகரித்த அறிவை எல்லோருடனும் பகிர்தலே எனது வாழ்க்கையின் லட்சியம்.

"கலை ஒரு பொய்; அதிலும் மகத்தான பொய். அதாவது மனிதனின் கனவுகளும் உலகத்தின் தோற்றங்களும் எவ்வளவு பொய்யோ அவ்வளவு பொய். இந்தக் கலை என்ற நடைமுறைப் பொய்தான் சிருஷ்டி ரகசியம் என்ற மகத்தான மெய்யை உணர்த்தக் கூடிய திறன் படைத்தது"

- □ □ □ □ □ □

பொருளடக்கம்

1. ரத்தக்கோடு — 17
2. இயேசுவின் கண்கள் — 18
3. தாந்தீரீகம் — 20
4. காரில் வசிப்பவன் — 22
5. பிணமாக நடிப்பவர்கள் — 24
6. தற்கொலைக்கு முயலும் நட்சத்திரம் — 25
7. மனைவிக்கு ஒரு காதல் கவிதை — 26
8. சொல்தாவும் சாத்தானும் — 28
9. அணில் — 30
10. சேக்ஸ்பியரின் மண்டையோடு — 31
11. கடவுளின் தற்கொலைக் கடிதம் — 32
12. மோக புத்தகம் — 34
13. மரணம் எனும் ஜோக் — 36
14. பிரம்மைகளின் மாளிகை — 38
15. கவிதையின் கடைசி வார்த்தை — 40
16. இதயம் எனும் கடிகாரம் — 41
17. சுங்கச் சாவடியில் கடவுள் — 42
18. கிருஸ்துமஸ் மரம் — 44
19. அஞ்சலில் வந்த நாட்காட்டி — 45
20. டிஜிட்டல் கண்கள் — 46
21. கார்களின் காட்சி அறை — 48
22. இருட்டின் வாசனை — 49
23. பாறைகள் — 50
24. இரண்டாவது இதயம் — 52
25. நள்ளிரவில் நட்சத்திர ஓட்டல் — 54
26. கைபேசி — 56

27. நத்தை எனும் அர்த்தநாரி	57
28. பெல்கோம் வீதி	58
29. ஃப்ளெமிங்கோ பறவைகள்	59
30. குரல்	60
31. சுவர்க்கோழி	62
32. யார் எனும் நான்	63
33. குளியலறைப் பல்லி	64
34. வேற்று கிரகவாசிகள்	65
35. பைத்தியக்காரர்கள்	66
36. பெயரற்றவன்	67
37. ஒரு கண்ணில்லாத பூனை	68
38. எனது கடவுள்	70
39. அபத்த மலர்	72
40. ஜெல்லி மீனுடன் சிறு சந்திப்பு	74
41. எதிரிகள்	76
42. சுயசரிதை	78
43. அர்த்தம் தேடும் விலங்கு	79
44. மகாபலிபுரத்துக் கடல்	80
45. அந்தரங்கத் தொன்மம்	82
46. தாந்திரீக சுவாசம்	83
47. தூர தேசத்து நண்பர்கள்	84
48. குகை மனிதர்கள்	86
49. மும்பை புறாக்கள்	87
50. வாசகனுக்கு ஒரு மன்னிப்புக் கடிதம்	88
51. இடவல மாற்றம்	90
52. பறவை	93
53. புதிர்	94
54. இரண்டு நாள்	95
55. முதலைகளின் காலம்	96
56. பாண்டிச்சேரிக்காரன்	97
57. அந்நிய நகரம்	98

58. கடவுள் படம் வரையும் சிறுமி	100
59. உடம்பு	101
60. வளர்ப்பு மிருகம்	102
61. கடலோரச் சிலை	103
62. பகடி	104
63. காலம்	106
64. என் முகம்	107
65. கடல் தியானம்	108
66. கைபேசி கோபுரங்கள்	109
67. பூஜ்ஜிய புவி ஈர்ப்பு விசை	110
68. நடுநிசி மழை	111
69. பைத்தியக்காரி	112
70. குற்றமும் தண்டனையும்	113
71. தனிமை	114
72. கடல்	115
73. நிழல் யுத்த காலம்	116
74. என் முகம்	117
75. பயங்கள்	118
76. மனிதனைப் புசிக்கும் புலி	119
77. மண்டை ஓட்டுடன் உரையாடல்	120
78. சவால்	121
79. நீ யாரையாவது காதலிக்கும்போது	122
80. மரணம் எனும் பூனை	124
81. தேவதைகள்	127
82. மலைக் காட்சி - 1	128
83. மலைக் காட்சி - 2	129
84. மலைக் காட்சி - 3	130
85. இலை, காற்று, சூரியன், நிழல்	131
86. வயலின்	132
87. தேவாலய நெருப்பு	133
88. அர்த்தம் தேடும் விலங்கு	134

89. இந்தியா	135
90. நினைவு	136
91. சுங்க சோதனை	137
92. எனக்குள் பூனை	138
93. கனவுகள் = சாம்பல்கள்	141
94. தற்கொலை மூலமாக தண்டிப்பவன்	142
95. வாக்குமூலம்	144
96. ராப்பிச்சைக்காரன்	146
97. கேள்வி	148
98. சிரிப்பொலி	149
99. உனது புகைப்படம்	150
100. முகமூடிகளின் யுகம்	151
101. பனிச் சிற்பம்	152
102. உடம்பின் வாசனை	154
103. பின்னகரும் கவிதை	156
104. கடலோரத்தில் கால்பந்து	157
105. மழைப் பேச்சு	158
106. சத்யஜித் ரே: புகழுரைகளின் சாம்பல் மேடு	159
107. நேசம்	160
108. மழைக் காதல்	162
109. ஒரு கோட்டுச் சித்திரம்	164
110. காட்டுப் பூக்கள்	166
111. பொம்மை தொழிற்சாலை	168
112. பரிசுத்த ஆவிகள்	169
113. வாழ்க்கையின் பேச்சு	170
114. பால் வீதி சமைக்கும் பாதங்கள்	172
115. போர் முடிந்து விட்டது	176

ரத்தக்கோடு

கான்கிரீட் வனாந்தரத்தில் முளைத்த
எனது பதினைந்தாவது மாடி பால்கனியில்
ஒரு சங்குப்பூ.

சங்க காலத்துக் குன்றின் மேல் பூத்த
குறிஞ்சிக் கருவிளைப் பூவின்
ரத்தக் கோட்டை இழுத்துக் கொண்டு
இன்று என் பிளாஸ்டிக் தொட்டியில் பூக்கிறது.

இரவெல்லாம் பெய்த மழைச்சாரலில் நனைந்து
வெதுவெதுப்பான காலை இளம் வெயிலைப் பருகி
மணிநீல இதழ் விரித்து
என்னைப் பார்த்துச் சிரிக்கிறது கருவிளை.

நல்ல யாழ் மருப்பின் மெல்ல வாங்கி
பாணன் பறித்துப் பாடினியிடம் வியந்த
கருவிளை மலரின் பெயரை
நிரை நிரை எனும் ஈரசைச் சீருக்குச்
சூட்டி மகிழ்கிறான் புலவன்.

காலம், வெளி கடக்கும் ரஸவாதம் கற்று
பிரபஞ்சத்தின் மூலையில் ஒரு ராஜகுமாரியாய்
ஒரு தமிழ்த் தொன்மவியல் கதாபாத்திரமாய்க்
காற்றில் அசைந்தாடுகிறது சங்குப்பூ.

நான் மௌனமாய் அதன் முன் அமர்ந்திருக்கிறேன்

ஈராயிரம் ஆண்டின் உரையாடலை செவிமடுத்தபடி.
◉

- 16 டிசம்பர் 2020

இயேசுவின் கண்கள்

இயேசுவே
உந்தன் கண்கள் எந்த நிறமென்று சொல்லி விடுங்கள்.
நீலமா, பச்சையா, பழுப்பா, கருப்பா?

நாங்களோ கவிஞர்கள்.
ஏதேதோ கற்பனை செய்து கொள்கிறோம்.

இயேசுவின் கண்கள்
கண்ணாடியாய் ஓடும் தெளிந்த நீருக்குக் கீழே தெரியும்
பாசி படர்ந்த கூழாங்கல்லின்
பச்சை நிறம் என்று எழுதி விடுகிறோம்.

இயேசுவின் கண்கள்.
புயலடித்து ஓய்ந்தபின் வெளிச்சம் பூசிய
நிர்மலமான வானத்தின் நீல நிறமாக இருக்குமோ
என்று சந்தேகத்தை கிளப்பி விடுகிறோம்.

இயேசுவின் கண்கள்
வாய் பேசத் தெரியாத தாவரங்களுக்கு
உணவை ஊட்டும் சேற்று மண்ணின்
பழுப்பு நிறம்தான் என்று
அடித்துப் பேசி விடுகிறோம்.

இயேசுவின் கண்கள்
இரண்டு படிம ஜன்னல்கள் என்றும்

இயேசுவின் கண்கள்
அன்பின் வெளிச்சம் அணையாமல் எரியும்
இரண்டு தூண்டாமணி விளக்குகள் என்றும்

வார்த்தை விளையாட்டுகளில்
எங்களைத் தொலைத்து விடாமல்
காப்பாற்றி அருளுவீராக.

பரமண்டலத்திலிருக்கும் தேவனின் குமாரனே
தினமும் கவிதை எழுதும்
பாவிகளாகிய எங்களை
தயை பண்ணி ரட்சியும் சுவாமி.
ஆமென்.

- 25-12-2019

இந்திரன்

தாந்திரீகம்

ஆழ் மனதில் இரட்டை வேடமிட்டு நிற்கிறாய் நீ.

ஒரு கையில்
நீ காட்டும் அபய ஹஸ்தம்.

மறு கையில்
வெட்டப்பட்டு ரத்தம் சொட்டச் சொட்ட
தியானித்திருக்கும் என் தலை.

உனது மறை புதிரான பரிபாஷையில்
நீ பேசும் தாந்தீரீக ரகசியங்கள் புரியாமல்
திக்கித் திணறுகிறேன் நான்.

உன் இடது நாடியில் பாயும் சந்திர கலை பொழியும்
குளிர்ந்த நீல நிற வெளிச்சத்தில்
உனது இடது முலை விம்ம
கரங்களில் நெற்கதிரும் கரும்பும் தாங்கி
நீ புன்னகைக்கும் பொழுதில்

வலது நாடியில் பாயும் சூரிய கலையின் வெம்மையில்
விரித்த திரிசடை காற்றில் பறக்க
உன் புஜத்தில் தாங்கிய சூலம் துடிக்கிறது
உடுக்கை ஒலியின் அதிர்வில்.

பிரபஞ்சத்தின் சமையல் குறிப்புப் புத்தகம்

தாமிரத் தகட்டில் கீறப் பட்ட எந்திரக் கோடுகளாய்
மார்பில் நகக்குறிகள் மலிந்த உனக்குள்
சூரிய கலையும் சந்திர கலையும் நாகங்களாய்ப் பிணைய
மூலாதாரத்தில் மூண்டெழு கனல்
மேகமாய் மிதக்கிறது பிரபஞ்ச வெளியில்.

எண்கோணப் படிகளில் வழுக்கி விடாமல் இறங்கி
குளத்து நீரை முகர்ந்தெடுக்கக் குனிகையில்
பூங்கிளையை விரல் நுனியில் வளைத்துப் பிடித்து
ஒயிலாய் நிற்கும் உன் உடலழகின் மனப் பிம்பங்களைக்
கொத்தித் தின்கின்றன மீன்கள் கூட்டம் கூட்டமாய் வந்து.

தீப்பற்றி எரியும் கோடை வெயிலில்
கருகிச் சிவந்த கோரைப் புற்களின் புதருக்கு மேல்
தொன்மையின் தனிமையில் உறைந்து போன
பாழடைந்த கோபுரத்து உச்சியில்
ரதியும் மன்மதனும் இணைந்து நிற்கிறார்கள்
நம் இருவரின் ஜாடையில்.

மின்னல் மின்னுகையில் மட்டும் மடல் அவிழ்க்கும்
ஏரியோரத் தாழம்பூவின் மகரந்தத்திலிருந்து
சிறு பாம்பு வெளிப்படுவது போல்
ஆழ்மனதில் கட்டப்பட்ட பாதாளக் கோயில் விட்டு
வேடம் கலைத்து நீ வெளி வருவாய் என
காத்திருக்கிறேன்
உறங்கியும் உறங்காமலும்.

⊙

காரில் வசிப்பவன்

எனக்குச் சொந்தமாக ஒரு வீடில்லை.
கார்தான் எனக்கு வீடு.
கவிதை எனும் காரில்தான்
நான் வசிக்கிறேன்.

காடுகள், கழனிகள், கிராமங்கள், நகரங்கள்
தண்ணீர் கண்ட இடங்களில் எல்லாம் நிறுத்தி
என் காரை கழுவத் தொடங்கி விடுகிறேன்.

என் கவிதைக்கார்
வானத்தையும், சூரியனையும், மேகங்களையும்
கண்ணாடிபோல் பிரதிபலிக்க வேண்டும் என்று
அடிக்கடி கழுவிச் சுத்தம் செய்து
இனிய வார்த்தைகளின் மெழுகு தடவி பளபளப்பாக்குகிறேன்...

பெட்ரோலுக்குப் பதிலாக
வெதுவெதுப்பான என் ரத்தத்தை ஊற்றி
என் காரை நான் ஓட்டுகிறேன்...
என் காரின் இதயமான எஞ்சின் அதிகச் சூடாகிவிடாமல்
அடிக்கடி குளிர வைக்கிறேன்.
பழுதடைந்த பழைய எஞ்சினை மாற்றி
நவீன எஞ்சினைப் பொருத்துகிறேன்.

பிரபஞ்சத்தின் சமையல் குறிப்புப் புத்தகம்

கவிதைக் காரில் வசிப்பதால்
எனக்கு நிலையான வேலை கிடைப்பதில்லை.
காருக்குள் இடப்பற்றாக்குறையால்
ஆடம்பர அலங்காரப் பொருட்களை எல்லாம்
நான் தூக்கி எறிந்து விட்டேன்.

நான் ஒரு கவிதை நாடோடி என்பதால்
நிறைய மக்களைச் சந்திக்கிறேன்.
அவர்கள் எனக்கு வேலை கொடுக்கிறார்கள்.
வாழ்க்கை கடினமாகத்தான் இருக்கிறது
ஆனால் நிறைய சாகசங்களோடு.

- 15-செப்டம்பர்-2020

இந்திரன்

பிணமாக நடிப்பவர்கள்

பிணமாக நடிப்பவர்கள்
தினந்தோறும் கோடம்பாக்கம் மார்க்கெட்டில்
காய்கறி வாங்கிக் கொண்டிருப்பதைப் பார்க்கிறேன்.

முகத்தில் ஈ மொய்த்தபோது கூட
பிணமாக நடித்துப் பேர் வாங்கிய நடிகரைப்
பிரெஞ்சு மொழி வகுப்பில் சந்தித்தேன்.

வாய்க்கரிசி போடும் காட்சியில் நடித்த பாட்டி
அரிசி வாங்கிக் கொண்டிருப்பதைப் பார்த்தபோது
ஏனோ துணுக்குற்றேன்.

தாங்கள் பிணமாக நடித்த காட்சிகளின் புகைப்படங்களை
அவர்கள் வாட்ஸ் அப்பில் பகிர்ந்து
விருப்பக் குறிகளை குவித்துக் கொண்டிருந்தனர்.

சாவுதான் வாழ்வின் இறுதி லட்சியம் என்றாலும்
பிணமாக நடிப்பவர்களுக்குத் தெரியும்
அடிக்கடி சாவதைப்போல் நடிப்பது
மரணத்தைப் பகடி செய்வது என்று.

- 13 செப்டம்பர் 2020

பிரபஞ்சத்தின் சமையல் குறிப்புப் புத்தகம்

தற்கொலைக்கு முயலும் நட்சத்திரம்

பால்வெளித் திரளில்
ஒரு நட்சத்திரம்
பல ஒளி ஆண்டுகள்
மரணப் படுக்கையில் கிடக்கிறது.

தன்னுடைய ஒளியைத்
தானே சாப்பிடத் தொடங்குகிறது.

சுருங்கிப்போன ஒரு குள்ள நட்சத்திரமாக
அது மாறத் தொடங்குகிறபோது
நான் அழத் தொடங்கி விடுகிறேன்.

தற்கொலைக்கு முயலும் நட்சத்திரத்தைத் தடுக்க
பிரபஞ்ச வெளியில் யாருமில்லையா?

மரணமடைந்த நட்சத்திரத்தை
நான் இனியும் நட்சத்திரம் என்று
எப்படிப் பெயர் சொல்லி அழைப்பேன்?

நட்சத்திரத்தின் இறுதி சடங்கிற்கு வந்திருந்தவர்கள்
சொன்னார்கள்
இனி அதன் பெயர் கருந்துளை என்று.

- 24-5-2020

இந்திரன்

மனைவிக்கு ஒரு காதல் கவிதை

நீ என் பிராணவாயு
நான் உனது கரியமில வாயு.
தந்தையும் தாயுமற்ற இந்த பிரபஞ்சத்துக்குள்
இரு அநாதைக் குழந்தைகளான
நீயும் நானும்.

நான் மனிதன்.
நீ தாவரம்.
என் சுவாசத்தில் கிடைத்த கரியமிலவாயுவை வைத்து
ஒளிச்சேர்க்கையில் உணவு தயாரிக்கிறாய் நீ.

எனது எல்லாக் காதலிகளையும்
குளியலறைக் கண்ணாடியைப் போல
பிரதிபலித்துக் கொண்டு
நீ என்னைக் கட்டி அணைக்கிறாய்.

நீருக்கடியில் குளத்தில் இறங்கும் படிகளில்
ஒவ்வொன்றாகக் கால் வைத்துத் தடவி இறங்குவதுபோல்
ஆண்டுதோறும் நீ எனக்குள் இறங்கியபோது
நாம் பகிர்ந்து கொள்ளாதவை
புனிதமான நமது அந்தரங்கங்கள் மட்டுமே.

ஏதென்று தெரியாத
ஏதோவொரு மெலிதான காற்றில்
தரையோடு தேய்ந்தபடி சருகுகளைப் போல்
நகர்ந்து வந்திருக்கிறோம் நாம்.

நாளைக்குச் செத்துப் போகப்போகிற ஒரு மொழியை
எழுத்துக் கூட்டி வாசிக்கிற கடைசி வாசகி நீதான்.

அபத்தமான இந்த முட்டாள்பிரபஞ்சத்தில்
குழந்தையாக தூக்கத்தில் புன்னகைத்தபோது
கண்ட தூய்மையான கனவு போன்ற
அர்த்த உற்பத்திகளைத் தொடர்ந்து செய்வோம்
வா என் அன்பே.

- 17- ஆக்ஸ்ட்-2020

இந்திரன்

சொல்தாவும் சாத்தானும்

துறைமுக நகரத்தில்
சுழலும் கலங்கரை விளக்கின் வெளிச்சமாய்
அவள் பார்வை
என் மீது படர்ந்து நகர்கையில்
சாத்தான் பக்கத்து மேசையில் அமர்ந்திருந்ததை
நான் அறியவில்லை.

குளிரூட்டும் அதிகாலை நேரம் நேரே எழுந்து வந்து
என் முன்னால் அமர்ந்தது போல் அவள்.

பாண்டிச்சேரி இந்தியன் காபி ஹவுஸ்சின்
பச்சைநிறச் சுவர்களின் உயர்ந்த மேற்கூரையில்
தொங்கும் மின்விசிரிகளின் லொட லொட சத்தத்தொடு
சதுர மேசையில் என் எதிரே அமர்ந்தபடி
பிரெஞ்சு முறையில் தயாரிக்கப்பட்ட காபியை
வெனிலா எஸ்சென்ஸ் வாசனையுடன் ஆவி பறக்க
அவள் அருந்திக் கொண்டிருந்தாள்.

கைபேசியில் வியட்நாம் உச்சரிப்பில்
விநோதமான பிரெஞ்சு மொழி பேசிய அவள்
விரித்து விடப்பட்ட தன் நீளக் கூந்தலின்மீதே
அமர்ந்திருக்கிறாளோ என்று
எனக்குச் சந்தேகம் எழுந்தது.

வெளியே நேரு வீதியில்
கார்களின் மீது பொழியும் கோடை மழையை
நான் வேடிக்கைப் பார்த்துக்கொண்டிருந்தபோது
சாத்தான் ஆப்பிளை என் கையில் கொடுத்து விட்டு
எழுந்து வெளியே சென்றது.

எனது எல்லாக் கவிதைகளும்
பாதியிலேயே கைவிடப்படுவது போல
இந்தக் கவிதையும் பாதியிலேயே நிறுத்தப்பட்டு
நான் அவளோடு வெளியே சென்றபோது
அவள் கையிலிருந்த ஆப்பிளை
அவள் பாதி கடித்திருந்தாள்.

- 22-06-2020

இந்திரன்

அணில்

சிந்துவெளி முத்திரையில்
மரத்தண்டில் தலைகீழாய் நின்றபடி
வால் துடிக்கக் கத்திய அணிலை
இன்று
என் தோட்டத்தில் பார்த்துத் திடுக்கிட்டேன்.
இன்னமும் அது என் தோட்டத்து மரத்தண்டில்
தலைகீழாய் நின்றபடி
வால்துடிக்கக் கத்திக் கொண்டிருந்தது.
அதன் முதுகில்
சிந்துவெளி காலத்தில் இருந்த ஐந்து கோடுகளில்
இரண்டு கோடுகளை இன்று காணோம்.
முதுகில் தொலைந்துபோன கோடுகள் பற்றிக்
கொஞ்சமும் கவலையின்றி
என் வீட்டு முருங்கை மரத்தில்
பூச்சிதற தாவிக் குதித்து
வளைந்து நிமிரும் கிளையேறி
நுனிப்பூ தின்று மகிழ்கிறது அணில்.

(அஸ்கோ பர்போலாவுக்கு)
-19-02-2021

பிரபஞ்சத்தின் சமையல் குறிப்புப் புத்தகம்

சேக்ஸ்பியரின் மண்டையோடு

பெயர் எழுதப்படாத கல்லறைகளுக்குச்
சொந்தக்காரர்கள் பாக்கியவான்கள்.

மரணத்துக்குப் பிறகுகூட அநாமதேயமாகவிட்டால்
சாவதின் அர்த்தம்தான் என்ன?

காணாமல் போனது
ஷேக்ஸ்பியரின் மண்டையோடு மட்டுமல்ல.

இடுகாட்டுப் புதைகுழியில்
வெட்டியான்களுக்குக் கிடைக்கின்றன
ஒவ்வொரு மண்டையோடும் சொல்லும் கதைகள்

நியாண்டர்தால் மனிதன் கொடுத்த முதல் முத்தம்
இன்றைய மனிதனின் இதழில்
ஒரு முல்லை சிரிப்பது போல் சிரிக்கிறது.

மண்டையோடுகளில்
சிலந்தி வலையாய்ப் பின்னப்பட்ட சரித்திரங்கள்
வற்றிய குளத்தைவிட்டு அகலும் பறவைகள்போல்
இறுதியில் வானில் எங்கோ மறைகின்றன.

களவாடப்பட்ட ஷேக்ஸ்பியரின் மண்டையோட்டை
இன்னமும் தேடிக் கொண்டிருக்கிறார்கள் இலக்கியவாதிகள்.

-14-ஜூலை-2020

இந்திரன்

கடவுளின் தற்கொலைக் கடிதம்

கடவுளாகிய என்னை
முழுக்க முழுக்க நம்பியிருக்கும் மனிதனே
என் தற்கொலையை நீ மன்னித்தே தீர வேண்டும்.

இதற்கு முன் நான்
பல தற்கொலைக் குறிப்புகளை
எழுதி எழுதி கிழித்துப் போட்டு விட்டேன்.
இதுதான் கடைசி.

எனக்குத் தெரியும்
என்னை உருவாக்கி அலங்கரிப்பதற்காக
உன் கையிலிருக்கும் அத்தனை வண்ணங்களையும்
நீ செலவழித்து விட்டாய் என்பது.

எனக்குள்ளிருந்து தொடர்ந்து கேட்கும் குரல் ஒன்று
என்னைச் சதா குற்றவாளி கூண்டில் நிறுத்தி
விசாரணை செய்து கொண்டே இருக்கிறது.
நான் தினந்தோறும் மனச்சோர்வில் விழுகிறேன்

ஒரு தூக்கு தண்டனைக் கைதியைப் போல
என் மரணத்தை எதிர்பார்த்து
தினந்தோறும் காத்திருப்பதின் வலி
உனக்குத் தெரிந்திருக்க நியாயமில்லை.

என்னை முழுதாக நம்பும்
உனது சரீர உபாதைகளை
நான் வாங்கிக் கொண்டு

பிரபஞ்சத்தின் சமையல் குறிப்புப் புத்தகம்

உன்னை நிம்மதியில் வாழ வைக்க முடியவில்லை
என்பதை நினைக்கும்போது
என் முதுகுத் தண்டு சில்லிட்டுப் போகிறது.

நமக்குள் கடுமையான உறவுச் சிக்கல் வந்து விட்டது.
சாதி, மதம் எனும் சாராயங்களைத்
தினம் குடித்து விட்டு வந்து நீ செய்யும் கொடூரங்களை
என்னால் இனியும் சகித்துக் கொண்டிருக்க முடியாது.

நான் இனியும் உயிரோடு இருந்தால்
உனது வாழ்க்கைப் பாழாகிவிடும்.
என் கழுத்தையும் மணிக்கட்டு ரத்த நாளங்களையும்,
கத்தியால் வெட்டிக் கொண்டு விட்டேன்.
என் ரத்தத்தால்
உன்னை நீ சுத்தீகரித்துக் கொள்.

இனி என் பெயரால் ரத்த ஆறுகள் ஓடாது.
இனி என் பெயரால்
ஒரு மனிதன் இன்னொரு மனிதனைத்
தொடமாட்டேன் என்று சொல்லப் போவதில்லை.

இப்போது கடவுள் இல்லாத உலகில்
உன்னால் ஒற்றுமையாக வாழ முடியும்.
நான் போகிறேன்.
எனக்கு இதைத் தவிர வேறு வழி தெரியவில்லை.
மனிதனே. என்னை மன்னித்து விடு.

நான் செத்த பிறகு
பிரேதபரிசோதனை என்ற பெயரில்
என் சாவுக்கான பொய்க் காரணங்களை மட்டும்
சொல்லிக் கொண்டிருக்காதே.

*(24 ஜனவரி 2021 பறம்பு இலக்கிய வட்டம்
காணொளி கூட்டத்தில் நேற்று வாசித்த கவிதை)*

இந்திரன்

மோக புத்தகம்

முகநூல் பொய்கையின் தெளிந்த நீரில்
நார்சிசஸ்
தன் அழகைத் தானே பார்த்து ரசித்து
உருவழிய நேர்ந்தது.

உள்பெட்டியில் வந்து அவனோடு உரையாடிய
நீர்க்குமிழிக் கண்கள் கொண்ட பேரழகிகளைக் கூட
அகந்தையாய் அவன் உதாசீனம் செய்தான்.

அவன் அழகில் மயங்கியவர்களின் குரல்கள்
புதிதாய்க் கட்டிய காலியான வீட்டின்
எதிரொலியாய் வந்து
அவனைச் சுற்றிச் சுற்றி அழுதன.

கவிதையாய் பேசிய அவன் நிலைத் தகவல்களில்
காதலின் ஊற்றைக் கண்டவர்கள்
கைப்பேசியில்
அவனை இரவும் பகலுமாய் அழைத்தனர்.

நார்சிசஸ்
விலை உயர்ந்த கருப்புக் கண்ணாடி அணிந்து
கவர்ச்சியை மேலும் கூட்டினான்.

உடற்பயிற்சிக் கூடங்களில்
காலையும் மாலையும் வியர்வை சிந்தி உழைத்து
கட்டுடல் கொண்டான்.

தன்னைத்தானே செல்ஃபி எடுத்து
முகநூலின் சுயவிவரப் படமாய்ப் பகிர்ந்தான்.

பிரபஞ்சத்தின் சமையல் குறிப்புப் புத்தகம்

அப்போதுதான் நெமிசஸ் எனும் பழிவாங்கும் கடவுள்
அவனுக்கு நட்பு அழைப்பு கொடுத்தது.

விடிய விடிய உரையாடிய நெமிசஸ்
விடிந்ததும் முகநூலில்
அவன் படத்தைப் பார்க்கச் சொன்னது.

கண்ணாடி நீர்ப்பரப்புக் குளத்தில்
தன் உருவம் பார்த்தவனுக்கு
பெண் யானையின்
மூச்சு காற்றின் சுவாசம் நுகரும் களிறுபோல்
தன்மேலேயே தனக்குக் காதல் மலர்ந்தது.

வதன புத்தகச் சூதாட்டத்தில் சிக்கிய நார்சிசஸ்
தன்னைத் தவிர வேறு யாரையும்
காதலிக்க இயலாதென தீர்மானமாய் அறிவித்தான்.

நெமிசஸ்
ஹாஹா ஹாஹா என்று சிரிப்புக் குறியிட்டது.

முகநூல் காட்டும் பொய்ப் பிம்பத்தைத்தான்
காதலிப்பேன் என்று பிடிவாதம் பிடித்த நார்சிசஸ்.
ஒருநாள் இரவில்
சிறு கொம்பில் பழுத்த பலாப்பழம்
கீழே விழுந்து சிதைவது போல
தற்கொலை செய்து கொண்டு இறந்து போனான்.

பழிவாங்கும் கடவுள்
நார்சிஸின் முகநூலில்
வெற்றிகரமாகச் சோகக் குறியிட்டு
முகநூலை விட்டு வெளியேறியது.

- 9-ஜூலை-2020

இந்திரன்

மரணம் எனும் ஜோக்

நம்மைச் சுற்றி நடைபெறும்
மரணம் எனும் நாடகத்தின் பார்வையாளர்கள் நாம்.

எதிர்பாராத நேரங்களில்
நாமே அதில் நடித்து விடுகிறோம்.

நாம் நாளைக்கே சாகப் போகிறவர்கள் இல்லை
என்று மனசார நம்புகிறோம்...

தனது நிழல் நம்மீது விழும் அளவுக்கு
அருகில் நிற்கும் மரணத்தை
நாம் உதாசீனம் செய்கிறோம்

மரணம் நம்மை நெருங்கி வருவதை
காலம் தவறாமல் நொடிக்கு நொடி அறிவிக்கும்
விலையுயர்ந்த சுவர்க் கடிகாரங்களை
வாங்கி வந்து சுவரில் மாட்டுகிறோம்.

நான் நிரந்தரமானவன் அழிவதில்லை
எந்த நிலையிலும் எனக்கு மரணமில்லை
எனும் பாடலை ரசித்துக் கேட்கிறோம்.

நொப்பும் நுரையுமாய்ப் பெருக்கெடுத்து ஓடும்
காலத்தின் நதியில் மிதக்கும் ஒரு நுரை நாம்
என்பதை வசதியாக மறக்கிறோம்...

மரணம் காத்திருக்கிறது.
மற்றவர்களைக் கொலை செய்ய முடியாதவர்கள்
தன்னைக் கொலை செய்து கொள்கிறார்கள்.

மரணம் எனும் ஜோக்
மற்றவர்களைப் பற்றியதாக இருக்கும்வரை
வெளியே அழுது உள்ளே சிரிக்கிறோம்
நாம் உயிர் பிழைந்திருத்தலின் கொண்டாட்டத்துக்காக

- 7-10-2020

இந்திரன்

பிரம்மைகளின் மாளிகை

பிரம்மைகளால்
கட்டப்பட்ட
நான் எனும் மாளிகையில்
வாழ்ந்து வருகிறேன் எழுபது ஆண்டுகளாய்
நான்.

அன்பு, பாசம், நன்றி, விசுவாசம்
விரோதம், துரோகம், பழிவாங்கல்
வெந்ததும் வேகாததுமான செங்கற்களால்
விதவிதமாய் அலங்கரித்திருக்கிறேன்
நான் எனும் எனது மாளிகையை.

எவர் எவரோ போட்ட
செங்கல் சூளைகளின் நெருப்பில்
சுடப்பட்டுள்ளன
என் மாளிகையைக் கட்டி எழுப்பியதற்கான
செங்கற்கள்.

சாதி, மதம்,
தேசம், எதிர்தேசம்
சின்னவன், பெரியவன்
புத்திசாலி, முட்டாள்,
நேர்மையாளன், அயோக்கியன்
என்று நீளும் என் தீர்ப்புகளின்
வாஸ்து சாஸ்திரம் பார்த்து
என் மாளிகையைப்
பலமுறை இடித்துக் கட்டி விட்டேன்.

பிரபஞ்சத்தின் சமையல் குறிப்புப் புத்தகம்

என்னை யாருக்கும் தெரியாத
இந்த அந்நிய நகரத்தின் சூரியன்
பெயர் தெரியாத தெருக்களில்
நான் எனும் என்னை

ஒரு நிழலாகப் பிடித்துத் தள்ளுகிறது.

இப்போது ஒவ்வொரு செங்கல்லாய்ப்
பெயர்ந்து விழுகிறது
என் பிரம்மைகளின் மாளிகை.

இன்று இந்த இடிபாடுகளிலிருந்து
காயத்தோடு எழுந்து வருகிறது
நான் எனும் பொய்யைக் கட்டி எழுப்பிய
நான்.

-25-09-2017

இந்திரன்

கவிதையின் கடைசி வார்த்தை

இதயம் வேகமாய்த் துடிக்கையில்
நாக்குக்குக் கீழே வைக்கும் மாத்திரையைப்
பதறித் தேடுவதுபோல்
கவிதையை முடிக்கும் அந்தக் கடைசி வார்த்தையைத்
தேடுகிறேன் கிடைக்கவில்லை.

கவிதையை முழுமையாய் எழுதி முடித்து
அதனோடு ஒரு முத்தத்தைப் பரிமாறி
கையசைத்து வழியனுப்பிக் கதவடைக்க முடியவில்லை.

நேற்றுதான் வாங்கிய புத்தம் புதிய காரை
நட்டநடுச் சாலையில் நிறுத்தி விட்டு வெளியேறுவதுபோல்
என் கவிதைகளைப் பாதியில் நிறுத்தி விட்டு
மனமின்றி வெளியேறுகிறேன் நான்.

பாதிப் பயணத்தில் பாதையோரத்தில்
வரிசையாய் நிறுத்தப்பட்ட கார்களைப் போல்
நிற்கின்றன எனது கவிதைகள்.

இன்னும் சொல்லப்படாத அந்த கடைசிச் சொல்லின் பாரம்
என் முதுகில் சுமக்க முடியாத மூட்டையாய்க் கனக்கிறது.

சுடலை மாடனின் சுடர் விளக்குபோல்
தன்னந் தனி மாடத்தில்
இன்னமும் எரிந்து கொண்டிருக்கின்றன
முடிப்பதற்கான கடைசி வார்த்தை
கிடைக்கப் பெறாத எனது கவிதைகள்.

-15-அக்டோபர்-2020

பிரபஞ்சத்தின் சமையல் குறிப்புப் புத்தகம்

இதயம் எனும் கடிகாரம்

ஆண்டின் முடிவில்
தனிமையில் துடித்துக் கொண்டிருக்கிறது
இதயம் எனும் கடிகாரம்.

பனிக்கட்டியாய் உருகும் கடிகாரத்தின்
டிக் டிக் டிக் ஓசையினால்
காற்றில் கட்டி எழுப்பப்படுகிறது
காலம் எனும் பிரம்மைகளின் மாளிகை.

நாட்காட்டியில் கிழிக்கப்படும் பக்கங்களிலிருந்து
சருகுகளாய் உதிரும் கிழமைகளின் பெயர்கள்
சூன்யத்தின் சுழியத்தில்
புதிர் பிரமிடுகளைச் சமைக்கின்றன...

போய்த் தொலைந்த ஆண்டு கொடுத்த
காயங்களின் தழும்புகள்
மறதி எனும் களிம்பு தடவினாலும்
மறைவதே இல்லை.

இதயத்தின் ஒவ்வொரு துடிப்பிலும்
மரணத்தை நோக்கி நாம்
மெல்ல நகர்ந்து கொண்டே போகிறோம்.

தகிக்கும் கோடையின் கானல் நீரைப் போன்ற
எதிர்காலத்தைத் தேடி ஓடும் வெறி பிடித்த மனிதர்கள்
இதயம் வெடித்துச் சாகிறார்கள்.

நிகழ்காலமே நிஜமென்று உணர்ந்தவர்கள்
குழந்தையைப் போல் குதூகலித்து
அமரநிலை எய்துகிறார்கள்.

-26-டிசம்பர்-2020

இந்திரன்

சுங்கச் சாவடியில் கடவுள்

சுங்கச் சாவடியைக் கண்டு பிடித்தவன்
நிச்சயம் ஒரு அயோக்கியனாகத்தான் இருக்க வேண்டும்
என்று நினைத்தபோது
வரிசையில் எனது கார் மெல்ல நகர்ந்தது.

பூத்தை நெருங்கியவுடன்
எனது கடன் அட்டையை எடுத்து நீட்டினேன்...

கையை நீட்டியபடி
பூத்துக்குள்ளிருந்து எட்டிப் பார்த்தார் கடவுள்.

என்னைப் பார்த்து
தனக்குள் எதையோ முணுமுணுத்தார்.

உலகைத் திருத்த புறப்பட்டவர்களில்
நீ முதல் ஆள் அல்ல என்று அவர் சொல்வது
இடியோசைபோல் என் காதில் விழுந்தது.

என் படகுக்குள் ஓட்டை விழுந்து
குபுகுபுவென்று நீர் படகுக்குள் நிறையத் தொடங்கியது.

வெற்றிகரமான பொய்யைச் சொல்பவனின்
ஒரே நம்பிக்கை
கேட்பவன் அதை கேள்வி கேட்காமல்
முழுதாக நம்புவான் என்பதுதான்.

பிரபஞ்சத்தின் சமையல் குறிப்புப் புத்தகம்

மதம் ஒரு சுங்கச் சாவடி.
பூத்துக்குள்ளிருந்து பணம் வசூலிக்க
வேலைக்கு அமர்த்தப்பட்டிருக்கிறார் கடவுள்.

கடந்த காலம், நிகழ் காலம் எதிர்காலம்
அனைத்தும் கடந்த ஒரு கால வெளியில்
நான் போய் தொப்பென விழுந்தேன்.

என் பின்னால் காத்திருந்த கார்க்காரன்
என்னை நகருமாறு ஹாரனைத் தொடர்ந்து அடித்தான்.

-10-டிசம்பர்-2020

கிருஸ்துமஸ் மரம்

பிளாஸ்டிக் கிருஸ்துமஸ் மரத்திலிருந்து
அறை முழுதும் கமழ்கிறது
வனாந்தரத்தின் பச்சை வாசனை.

அதிகமான அலங்காரங்களுடன்
நகரத்துக்குள் வழிதவறி வந்து விட்ட
ஒரு ஜிப்ஸி பெண்ணைப் போல
நாணத்தோடு வந்து நிற்கிறது கிருஸ்துமஸ் மரம்.

பனியும், நட்சத்திரங்களும்
கண் சிமிட்டும் மின்சார விளக்குகளுமாய்
மரங்களை வழிபட்ட மூதாதையர்களின் வாரிசுகளாய்
பரிசுப் பொருட்களை வைக்கிறோம்
கிருஸ்துமஸ் மரத்தின் காலடியில்.

தொலைதூர வனாந்தரத்தில் ஒரு பைன் மரம்
மனிதனின் கோடரியால்
வெட்டுப் படாமல் தப்பித்த மகிழ்ச்சியைக்
இன்று கொண்டாடுகிறேன்
இயேசுவின் பெயரைச் சொல்லி.

- 22-டிசம்பர்-2020

பிரபஞ்சத்தின் சமையல் குறிப்புப் புத்தகம்

அஞ்சலில் வந்த நாட்காட்டி

காலம் ஒரு அஞ்சலுறைக்குள்
நுழைக்கப்பட்ட நாட்காட்டியாய்
என் வீடு தேடி வந்தது.

காலம் ஒரு நாட்காட்டியா?

சீதாப்பழ மர இருட்டில் சத்தம் காட்டாமல்
தலை கீழாய்த் தொங்கிக் கொண்டிருந்த காலம்
திடீரெனத் தாழப் பறந்து வந்து
என்மேல் மோதிச் சென்றது.
காலம் ஒரு வவ்வாலா?

உறையைப் பிரித்து
நாட்காட்டியை வெளியே எடுத்தேன்.
ஒரு பளபளப்பான கறுப்பு நிறக் கார்
வாசலில் வந்து நின்றது.
காலம் ஒரு கறுப்பு நிறக் காரா?

ஆம்
காலத்தின் கானல் நீர் நாட்காட்டி.
வவ்வாலைப் போலவே காலத்துக்கும்
கண் தெரியுமா தெரியாதா என்று
எல்லோருக்கும் சந்தேகம்.
ஒரு கறுப்பு நிறக் காரைப் போலவே
காலத்தின் உள்ளே இருப்பவர்களுக்கும்
வெளியே என்ன நடக்கிறதெனத் தெரியாது.

- *31-டிசம்பர்-2019*

இந்திரன்

டிஜிட்டல் கண்கள்

டிஜிட்டல் யுகத்தில்
என்னை யாரும் பார்க்காமல் ஒளிந்து கொள்ள
ஒரு இடம் வேண்டும்.

யாரும் நுழையாத
அடர்ந்த கானகத்துக்குள்
மௌனத்தில் உறைந்து போன ஒரு குளத்தை
விலங்குகள் நினவு வைத்திருப்பது போல
டிஜிட்டல் உலகம் என்னை நினைவு வைத்திருக்கிறது...

சமூக வலைத்தளங்களில்
ஒரு பாசியைப்போல மிதக்கும் என்னையும்
நான் விரும்பி குடிக்கும் பானங்களின் பெயர்களையும்
நான் ஆதரவு தெரிவிக்கும் அரசியல் கட்சியையும்
நான் பல் துலக்கும் பற்பசை பெயரையும்
நான் முதலீடு செய்திருக்கும் கம்பெனியின் பெயரையும்
நான் கண்மூடித்தனமாக நேசிக்கும்
சினிமா கதாநயகன் யார் என்பதையும்
வேவு பார்க்கும்
டிஜிட்டல் கண்களிலிருந்து தப்பித்து
ஒளிந்து கொள்ள
எனக்கு ஒரு இடம் வேண்டும்.

புகை உமிழும் துப்பாக்கி ஏந்தியபடி நிற்கும்
சமூக வலைத்தளங்களின்
அந்தரங்க ஊடுருவல்கள், தகவல் திருட்டுகள்
நமது கால்பந்தை எதிராளியின் கோல்போஸ்டுக்குக்
கடத்திச் செல்கின்றன.

சமூக வலைத்தளங்களின்
முரண்பாடான சொல்லடுக்களின் இடிபாடுகளில்
மாட்டிக் கொண்டு திணறுகிறேன்.

டிஜிட்டல் கண்கள் ஊடுருவாத
யாருமற்ற அநாதைத் தீவில்
அந்தரங்கமான ஒரு வீட்டில் வேண்டும்
எனக்கொரு இடம்.

◉

இந்திரன்

கார்களின் காட்சி அறை

நதியின் நீரில் படுக்க வைத்து
குளிப்பாட்டப்பட்ட கொம்பன் யானைபோல்
வெளிச்சத்தில் நனைந்து கம்பீரமாய் நின்றது
கார்களின் காட்சி அறையில் புத்தம் புதிய கார்.

மாட்டுத் தொழுவத்தில் பிறந்த குழந்தை ஏசுவை
மூன்று ராஜாக்கள் தேடிச் சென்று பார்த்து வியந்ததுபோல்
பணக்காரர்கள் தேடிவந்து பார்க்கிறார்கள் அதனை.

மணப்பெண்ணைச் சிங்காரிப்பது போல் சிங்காரித்து
மெழுகு திரவம் பூசப்பட்டு பளபளக்கும் அந்தக் காரின்
வயிற்றின் உள்ளே ஆறு பேர் அமரலாம் என்று
நுனிநாக்கு ஆங்கிலத்தில் சொல்கிறார் விற்பனையாளர்.

கனவில் கண்ட காதலியை நேரில் கண்டதுபோல் மகிழும்
கார் காதலர்களுக்குப் புரிவதில்லை
ஒருவனின் மரியாதை ஓட்டும் காரில் இல்லாமல்
காரை நீ எப்படி ஓட்டுகிறாய் என்பதில் இருக்கிறது என்பது.

๐

பிரபஞ்சத்தின் சமையல் குறிப்புப் புத்தகம்

இருட்டின் வாசனை

நள்ளிரவு நெடுஞ்சாலையின் இருட்டில்
தவம் செய்யும் ஐந்து நட்சத்திர ஓட்டலின்
ரத்த நாளங்களில்
வெளிச்சம்
பாதரசமாய் வழிந்தோடுகிறது.

புற்கள், பூக்கள், கல்வாழைச் செடிகள்,
கண்ணாடிக் கதவுகள், நீச்சல்குளம்,
மரப் படிக்கட்டுகள், பளிங்குத் தரைகள் எல்லாமே
வெளிச்சத்தைக் குடித்த போதையில் தடுமாறுகின்றன.

ஒவ்வொன்றாய் வந்தமரும் கவிதையின் வரிகள் போல்
உள்ளே நுழைய நுழைய
என் மீது ஒவ்வொன்றாய் வந்து விழும்
எடையற்ற வெளிச்சம்
ரகசியமாய் என்னக்குள்ளிருக்கும்
விளக்கை ஏற்றி வைத்து விடுகிறது.

நான் இப்போது வெளிச்சமாய் இருக்கிறேன்
இருட்டின் அபூர்வ வாசனையை நுகர்ந்தபடி.

- 18-11-2019

இந்திரன்

பாறைகள்

பாண்டிச்சேரிக் கடலோரப் பாறைகள்
எனக்குக் கற்றுக் கொடுப்பதெல்லாம்
சும்மா இருக்கும் கலை.

கடல் காற்றை அனுபவித்தபடி
வெறுமனே கடலை வேடிக்கைப் பார்த்துக் கொண்டு
கரடு முரடாய்க் கோணல் மாணலாய்க் குவிந்து கிடக்கின்றன.

பறந்து வந்து தன்மேல் கொஞ்ச நேரம் சிறகு மடித்து
மீண்டும் பறந்து போகும் காகங்கள் பற்றி
எந்த விதத் தீர்ப்புகளும் எழுதாமல் வாழும் பாறைகளை
நான் நேசிக்கிறேன்.

ஒவ்வொரு பாறையும் ஓர் அபூர்வச் சிற்பம்.
கடலோரமே கருத்த பாறைகளின் சிற்பக் கூடம்.

ஒவ்வொரு நாளையும்
தனித் தனி ஓவியமாய்த் தீட்டுகின்றன பாறைகள்.

கடந்த காலத்தின் நிழல் விழாத
நிகழ்காலத்தைச் சுவாசித்தபடி
தொடரும் அவற்றின் தியானத்தை
நான் கலைக்க விரும்புவதில்லை.

இன்னும் எத்தனை நாள்
இந்தக் கடலோரத்தில் இருப்போம்?
கனவு அல்லது நனவு - இவற்றில் எதில் வாழ்வது?
கேட்டு முடிக்கப் பெறாத கேள்விகள்.
எழுதி முற்றுப் பெறாத வாக்கியங்கள்.
மீண்டும் மீண்டும் மனக் குகைக்குள்
எதிரொலிகள் எழுப்பாமல்
கலப்படமில்லாத தூய இருத்தலின்
சாட்சியாய்ப் பாறைகள்.

நாடித் துடிப்பு, இழந்த காதல், சாப்பாட்டுச் சங்கிலி,
நல்லவன், கெட்டவன், நீதி, அநீதி
எதைப் பற்றியும் கவலை இன்றி
தங்களைத் தாங்களே வசியம் செய்து கொண்டு
முணுமுணுப்பின்றி கடலோரத்தில் வாழ்கின்றன பாறைகள்
ஞானிகளைப் போல்.

- 10-ஆகஸ்டு-2020

இரண்டாவது இதயம்

இரண்டு கண்கள், இரண்டு செவிகள்,
இரண்டு நுரையீரல், இரண்டு சிறுநீரகங்கள்
இருக்கும் எனக்கு
ஏன் இல்லை இரண்டு இதயம்?

பாழடைந்த பங்களாவின் எதிரொலிபோல்
இதயத்தின் நான்கு அறைகளில்
ஒரு அறையில்
முதல் காதலின் சடலம் கிடக்கிறது
இன்னும் புதைக்கப்படாமல்.

இரண்டாவது அறையில்
கூண்டுக்குள் உலவும் விலங்கைப் போல்
வெறியோடு உலாவி
கர்ஜிக்கின்றன நிறைவேறாத ஆசைகள்.

மூன்றாவது அறையில்
இன்னும் ரத்தம் சொட்டச் சொட்ட
வலியில் முணகிக் கொண்டிருக்கின்றன
வெளியில் பெயர் சொல்ல முடியாதவர்கள்
இழைத்த அவமானங்களின் காயங்கள்.

ஒரு இசைத்தட்டைப் போல் சுழலும்
நான்காவது அறையில்தான் நான் வசிக்கிறேன்.

தேவாலயத்தின் ஜெப ஆராதனைப் பாடல்களின் இசை
சாம்பிராணிப் புகைபோல் சுழலும் நான்காவது அறையில்
என்னை நானே மன்னித்து,
எனக்கு நானே அன்பு செலுத்தி
எனது காயங்களை எனது நாவாலேயே
நக்கிக் குணப்படுத்தி
தன் சின்ன வெளிச்சத்தால்
மொத்த இரவையும் வசீகரிக்கும்
மின்மினிப் பூச்சியைப் போல்
கம்பீரமாய் வாழ்கிறேன்.

ஓட்டைப் படகு போல மிதக்கிறது
துடித்துத் துடித்துப் பழுதடைந்த எனது இதயம்.
எனக்கு இப்போது வேண்டும்
ஒரு இரண்டாவது இதயம்.

- 1-ஜூலை-2020

இந்திரன்

நள்ளிரவில் நட்சத்திர ஓட்டல்

நள்ளிரவின் தனிமையில்
நட்சத்திர ஓட்டல்களில்
காலியாக எனக்காகவே காத்திருக்கும்
கண்ணாடி உணவு மேசை
எனக்காக ஆரோக்கியமாய்த் துடித்துக் கொண்டிருக்கும்
ஒரு பெரிய இதயம்.

தனிநபரான எனக்காக மட்டுமே
கொட்டப்படும் மொத்த வெளிச்சமும்
தூங்காமல் என்னைப் பார்த்து சிரிக்கும் பூக்களும்
தனக்கென்று எந்த வேலையும் கொடுக்கப்படாமல்
பூமியில் வந்து பிறந்திருக்கும் குழந்தையைப் போல்
என்னை உணர வைக்கின்றன.

மொத்த நகரமும் உறங்கிக் கொண்டிருக்கும் வேளையில்
நமக்காக உணவு தயாரிக்க
ஒருவன் கண் விழித்திருக்கிறான் என்பதுதான்
எத்தனை ஆதரவானது.
பரிமாறப்படும் ரொட்டியின் ஒவ்வொரு துகளும்
சக மனிதன் உனக்குக் கொடுக்கும் பிரசாதம்.
தயாரிக்கப்பட்ட தேனீரின் ஒவ்வொரு துளியும்
உடன் பிறவாத சகோதரன்
உனக்களிக்கும் புனித நீர்.

இருத்தலின் மகத்துவத்தின்
நறுமண வாசனையை
தனிமையான நள்ளிரவு நடசத்திர ஓட்டல்கள்
உன்னைச் சுற்றி
பட்டாம்பூச்சிகளைப் போல் பறக்க விடுகின்றன.

தனிமையில் வந்து
தனிமையில் போகும்
இருத்தலின் தனிமையை
நாம் கொண்டாடத் தொடங்கி விடுகிறோம்.

- 16-11-2019
@ Sheratttan Grand, E.C.R.

கைபேசி

கையளவு இருதயம்போல்
விடாமல் துடிக்கும் என் இரண்டாவது இருதயம்
என் கைபேசி.

கடந்த காலத்தை என் இதயத்திடமும்
நிகழ்காலத்தை
என் கைபேசியிடமும் பறி கொடுத்து விட்டேன்.

என் அந்தரங்கம் அத்தனையும்
பூவுக்குள் சுருண்டிருக்கும் பூநாகம் போல்
என் கைபேசிக்குள் அடக்கம்.

ஆதாம் ஏவாளுக்கு ஆப்பிளைக் கொடுத்த
சாத்தானின் நிழல்
என் கைபேசியின் சுவரில் தோன்றி மறைவதை
யதேச்சையாகப் பார்க்க நேர்ந்தது.

இருந்தாலும்
எனது இரண்டாவது இதயமல்லவா அது.?

- 27-4-2020

பிரபஞ்சத்தின் சமையல் குறிப்புப் புத்தகம்

நத்தை எனும் அர்த்தநாரி

மழை இரவுகளைக் கொண்டாடும் நத்தையின்
அகராதியில் ஆண் பெண் இல்லை.

தனக்குத்தானே புணர்ந்து
தனக்குத்தானே முட்டையிட்டுக் கொள்ளும்
நத்தையின் ஓடு
கோடையில் வாடிய வாகைமர நிழலில்
உலர்ந்து போய் கிடக்கிறது.

கண்ணுக்குப் புலப்படாமல் மிருதுவாக நகர்ந்த
நத்தையின் கடிகார முட்கள்
இப்போது ஸ்தம்பித்து விட்டன.

நொள்ளை தரையில் இழுத்துச் சென்ற ஈரக் கோடு
இப்போது இல்லை.
நத்தைக்கு இப்போது என்ன ஆச்சு?

பதில்கள் நத்தையின் சுருள் கூட்டுக்குள்
நிழலில் சுருண்டு படுத்துள்ளன.

இயற்கை எப்போதும் எதையும் போதிப்பதில்லை.
கேள்விகளுக்கான பதில்கள்
தேடிக் கண்டெடுக்கப்படும்வரை
காத்திருக்கிறது இயற்கை.

- 31-5-2020

(பி.கு: "நொள்ளை" என்று நத்தையை அகநானூறு குறிப்பிடுகிறது.
"கள்ளியங் காட்ட கடத்திடை உழிஞ்சில்
உள்ளுள் வாடிய கரிமூக்கு நொள்ளை")

பெல்கோம் வீதி

பிறந்த நகரத்தின் அமைதி துயிலும் தெருக்கள்
அழைக்கின்றன என்னை அடிக்கடி.

எனது எல்லா தெருக்களும் நேராக ஓடுகின்றன
வெயிலில் ஜொலிக்கும் கடலை நோக்கி.

ஒரு ஜன்னலிலிருந்து பூப்போல தெருவில் குதித்து
இன்னொரு ஜன்னலுக்குத் தாவும் பூனைகள்

குட்டை மரங்களிலிருந்து சிதறிய மஞ்சள் பூக்களின்மேல்
நோகாமல் மிருதுவாக சைக்கிள் ஓட்டிச் செல்லும் மனிதர்கள்

புதையுண்ட அரிக்கமேட்டுத் தெருக்களில் ரோமானியர்கள்
நடமாடியதுபோல் வேடிக்கை பார்த்துக் கொண்டே நடக்கும்
வெளிநாட்டுப் பயணிகள்.

சத்தம் காட்டாமல் உடலுக்குள் பாய்ந்து கொண்டிருக்கும்
ரத்த ஓட்டம்போல் நகர்கிறது எனது தெரு.

ஆவி பறக்கும் தேநீர்க் கோப்பையின் முன்
அமர்ந்திருப்பது போல் நான் அமர்ந்திருக்கிறேன்
அமைதி துயிலும் என் தெருவுக்கு முன்னால்.

- 4-செப்டம்பர்-2020

ஃப்ளெமிங்கோ பறவைகள்

நீ கொடுத்த சட்டைக்குக் கீழே துடிக்கிறது
எனது இதயம்

சட்டைப் பொத்தான்களில் ஒன்றாக நினைத்து
உன் இதயத்தை
என் பொத்தானுக்கான ஓட்டையில் பொருத்துகிறேன்.

தன்னைத்தானே நேசித்தலின் அடையாளமாய்
ஃப்ளெமிங்கோ பறவைகள் எங்கிருந்தோ பறந்து வந்து
இயற்கைக்கு விரோதமாய் நீல நிறத்தில் என் சட்டையில்.

நான் விநோதமாக உணர்கிறேன்.
நாம் இருவரும் பார்த்துப் பார்த்து செதுக்கியது எல்லாம்
வெறும் பிரம்மைகளின் சிற்பம்.

சேற்று நிலத்தில் தேங்கும் நீரில்
தங்கள் பிம்பம் பார்த்துக் குதூகலிக்கும் பறவைக் கும்பல்
ஒரு வருஷத்துக்கான ஒற்றை முட்டைகளை
என் பாக்கெட்டில் இடுகின்றன.

ருசியான நத்தைகளுக்காக
ஒல்லியான நீண்டு வளையும் கழுத்தைப் பாம்புபோல்
சேற்றில் புதைக்கையில்
பறவைகளின் அலகுகளில் நம் இருவரின் இதயங்கள்.

ஒன்று தெரியுமா உங்களுக்கு?
ஃப்ளெமிங்கோ பறவைகளைக் கூட்டமாய்க்
கனவு கண்டால்
நம்மை நாமே ஏற்றுக் கொண்டோம் என்று அர்த்தம்.

- 11-செப்டம்பர்-2020.

குரல்

யார் காதிலும் விழாமல் ரகசியமாய்
எனக்கு மட்டுமே கேட்கிறது
எனக்குள் ஒரு குரல்.

என் குழந்தைக்குப் பெயர் வைப்பதுபோல
இனிமையான ஒரு பெயரைத் தேர்ந்தெடுத்து
அதற்குச் சூட்டி உரையாடத் தொடங்குகிறேன்.

காலியான ஒரு பிரம்மாண்ட மாளிகைபோல்
துடிக்கும் என் இதயத்தின் நான்கு உள்ளறைகளிலும்
குரல் எதிரொலித்துக் கொண்டே இருக்கிறது.

நாற்சந்தியின் சிக்னல் விளக்குகள் பேசுவதுபோல
போ அல்லது போகாதே என்று எனக்குத்
தொடர்ந்து கட்டளை இடுகிறது.

தூங்கிவிட்டால் எனது கனவுகளின் கடைகோடி தெருவுக்கும்
என்னைத் தேடி வந்து பேசுகிறது.

எனது எல்லா ரகசியங்களையும் அறிந்த அதன்
தொல்லை தாங்க முடியாமல் அதனை உயிரோடு புதைக்கிறேன்.
மறுநாளே சிரித்துக் கொண்டு எழுந்து வருகிறது
இன்னும் கவர்ச்சியான புதிய குரலோடு.

நீரில் மூழ்கிய பனிக்கட்டியைப் போல்
உடல் மறைத்துத் தலையை மட்டும் வெளியே காட்டி
மனக் கடலில்.மெல்ல நகர்ந்து
எனக்கான எல்ல திட்டங்களையும் வகுத்துக் கொடுக்கிறது.

உடனே போய்ச் செயல்படுத்து என்று
என் கழுத்தைப் பிடித்துத் தள்ளுகிறது.

உள்ளே இருக்கும் குரலை
வெளியே இருப்பவர்களோடு சேர்ந்து கொண்டு
நான் பயங்கரமாகத் தோற்கடிக்கிறேன்.

என் சொந்த வீட்டின் நிஜமான எஜமானன் யார்?
நானா? எனக்குள் கேட்கும் குரலா?

நான் கோபப்பட்டாலும்
குரல் என்னிடம் கோபித்துக் கொண்டதேயில்லை.
எப்போதும் என்னை மன்னிக்கத் தயாராயிருக்கும்
அம்மாவைப் போல் நடந்து கொள்கிறது.

நான் எனது உள்குரலைக் கட்டி அணைக்கிறேன்.
அதன் நிழலும்கூட எனது உயிர் நண்பனாகிறது.

எனக்குள் ஒரு தீபம் ஏற்றி வைக்கப்படுகிறது.
மன சமாதானத்தின் தீபச்சுடர்
காற்றில் நடுங்காமல் நின்று எரிகிறது.

- 18-ஆகஸ்ட்டு-2020

இந்திரன்

சுவர்க்கோழி

இரவின் மௌனக் கரும்பலகையில்
தன் ஓசையினால் அழித்து அழித்துக் கவிதை எழுதும்
சுவர்க்கோழி
வெளிச்சத்தில் திணரும் என் அறைக்குள்
எப்படியோ வழி தவறி நுழைந்து விட்டது

வேகமாய்ச் சுழன்ற என் மின்விசிறி
அதனைத் தாக்கி விடுமோ என்று நினைப்பதற்குள்
இறக்கையில் அடிபட்டுத் தரையில் விழுந்தது.

சாவதற்கு முன் அதன் சிறகின் படபடப்பில்
காடு மௌனித்தது.

அந்நிய நகரமொன்றில்
பாதாள ரயிலுக்குக் காத்திருப்பதுபோல்
அதன் உயிர் பிழைத்தலுக்காய்க் காத்திருந்தேன்...

ஒரு சுவர்க்கோழியின் மரணத்தால்
நியூயார்க்கில் மழை பெய்யாமல் போய் விடுமோ
துருவப் பனி வேகமாகக் கரையத் தொடங்குமோ
என்று பயமாக இருந்தது.

பிரபஞ்சத்தின் சமையல் குறிப்புப் புத்தகம்

வசந்த காலத்திலிருந்து இலையுதிர்காலத்துக்குள்
ஒரு பறவையின் உணவுச் சங்கிலியில்
ஒரு கண்ணி அறுந்து விடுமோ என்று அஞ்சினேன்.

தூய்மையான களங்கமற்ற அதன் வாழ்க்கை
ஒரு கருந்துளையின் மரணத்தைப்போல
ஆவியாகிப் போகப் போவதில்லை.

கால நதியின் நீர்ச்சுழலில் மிதக்கும் ஒரு இலைபோல
நான், சுவர்க்கோழி மற்றும் பிரபஞ்சம்.

- 4-அக்டோபர்-2020

இந்திரன்

யார் எனும் நான்

நீ யார் என்று எல்லோரும் என்னைக் கேட்கிறார்கள்.
யார் என்பதே எனது பெயர்.
இதைச் சொன்னால் யாரும் நம்ப மாட்டேன் என்கிறார்கள்.
யார் என்று யாராவது பெயர் வைப்பார்களா என்கிறார்கள்.
எனது கடவுச்சீட்டையும்கூடக் காண்பித்து விட்டேன்.
எப்படி எனும் தந்தைக்கும் ஏன் எனும் தாய்க்கும் பிறந்த
மூத்த மகன் தான் நான் என்கிறது கடவுச்சீட்டு.
என்னை யாரும் நம்பாவிட்டால் போங்களேன்.
என் பெயர் யார் என்பதுதான்.
மகிழ்ச்சிக்காக நட்சத்திரங்களைப் பிடித்துக்
கடலில் போட்டுக் கலக்கிக் குடிக்கிறேன்.
சூறாவளி அலைகள் எழும் கடலில் பாய்ந்து
பாய்போல் சுருளும் அலைகளுக்கிடையே உலாவுகிறேன்.
நான் பேசும் வார்த்தைகளை வைத்து
என்னை எடை போடும் நீங்கள்
நான் மனதிற்குள் பூட்டி வைத்தவற்றை
ஏன் கணக்கில் எடுத்துக் கொள்வதில்லை?
நான் போன பிறகும்
நட்சத்திரங்களும், நிலாவும், சூரியனும், கடலும், காற்றும்
தொடர்ந்து இருந்து விட்டுத்தான் போகட்டுமே.
நான் போகப் போவது என்னவோ உறுதி.
சரி என்னைக் கேட்டது இருக்கட்டும்
முதலில் உன்னைக் கேட்கிறேன்.
நீ யார்?

- 22-செப்டம்பர்-2020

குளியலறைப் பல்லி

குளியலறைக்குள் யாரோ சிரிக்கும் ஓசை.
வயோதிக முகம் கொண்ட பல்லி ஒன்று
கண்ணாடிக்குப் பின்னாலிருந்து எட்டிப் பார்த்தது.
"நீ யார்?" என்றேன்.
பல்லி தனது பசையுள்ள நாவை அசைத்தது.
"மனிதர்களிடம் கேட்கும் கேள்விகளை
தயவுசெய்து எங்களிடம் கேட்காதே."
மனிதனைப் போல் பேசுகிறாய்.
ஆனால் கேள்விகள் வேண்டாமென்கிறாயே.?
"ஆம் நாங்களும் சிந்திக்கிறோம் -
பூச்சிகள் மற்றும் புணர்தல் பற்றி.
ஆனால் இருத்தலியல் கேள்விகளால் நாங்கள்
எங்களைத் தொந்தரவு செய்து கொள்வதில்லை."
இப்போது கண்ணாடியில் என் பிம்பத்திடம் கேட்டேன்.
"நான் யார்?"
ஆயிரக்காணக்கான பதில்கள் பிம்பங்களாய்ப் பூத்தன.
பத்துத் தலை ராவணன் போல் கண்ணாடியில் பூத்த
பிம்பங்களிடம் கேட்டேன்
நான் ஏன் சிந்திக்கிறேன்?
பல்லி சுவற்றில் வாலைச் சடாரென சொடுக்கியது.
"சிந்திப்பதை நிறுத்திக் கொண்டால்
நீ இல்லாமல் போய் விடுவாய்"
நகைப்பொலி குளியலறை முழுதும் எதிரொலித்தது.
நான் ஒரு செம்பு நீரெடுத்துத் தலையில் கொட்டினேன்.

- 6-அக்டோபர்-2020

வேற்று கிரகவாசிகள்

வேற்று கிரகவாசிகள்
வெளிச்ச மொழியில் எழுதும் கவிதைகளைப்
படிக்கும் ஆசை வந்து விட்டது எனக்கு?

பெரிய தலை, பச்சைக் கண், பன்றிக் காது
ஆண், பெண் பேதத்துடன் ஒரு யந்திரமாய்ப்
அவர்களை இன்னும் எத்தனை நாளுக்குத்தான்
ஹாலிவுட் சினிமாக்களில் மட்டுமே பார்ப்பது?

எனக்குப் பிரியமான வேற்றுகிரகவாசிகள்
பறக்கும் தட்டுகளில் ஏன் இன்னும்
பூமிக்கு வரவில்லை?

இன்னொரு கிரகத்திலும்
இதே குறைபாடுகளுடன் இன்னொரு உயிரா?

மனித ஜாடையில் இல்லாமல்
ஒரு மேகம் போல் உருமாறும் உருவத்துடன்
இன்னும் அறிவுடன், தன்னையே கொடுக்கும் பேரன்புடன்
காக்கை, குருவி, மரம், செடி, கொடி
பிரபஞ்சம் முழுவதையும் சரிசம அன்பினால் அரவணைக்கும்
ஒரு வேற்றுக் கிரகவாசி வேண்டும் எனக்கு.

ஒன்று நான் போய் அவர்களைச் சந்திக்க வேண்டும்.
அல்லது அவர்களாவது என்னை வந்து சந்திக்க வேண்டும்.

இன்னும் எத்தனை நாளுக்குத்தான்
கடல் போர்த்திய பூமியில் வாழ்வது?

- 22-ஆகஸ்ட்-2020

பிரபஞ்சத்தின் சமையல் குறிப்புப் புத்தகம்

பைத்தியக்காரர்கள்

பைத்தியக்காரர்கள்
நீதிமன்றங்களை மதிப்பதில்லை...

சட்டங்கள் அவர்களுக்குக்
கால் செருப்புக்குச் சமானம்.

அவர்களுக்குக் கடவுள் கிடையாது.
சாத்தானும் கிடையாது.

நிர்வாணத்தை மனசுக்குப் பிடித்த ஆடைபோல
விரும்பி அணிகிறார்கள்.

புலவியில் புலத்தலும் கலவியில் களித்தலும்
பித்தர்களின் அகராதியில் இல்லை.

ஆடை விலகித் தெருவில் கிடந்து
அடி வாங்கும் போதும்
மலை மேல் இருக்கும் ஏரியைப் போல்
மௌனமாய் இருக்கிறார்கள்.
இருந்தாலும் மனசுக்குள்
நம்மைப் பற்றி நினைக்கிறார்கள்
"இந்த பைத்தியங்களிடமிருந்து
தப்பிப்பது எப்படி?"

- 29-4-2020

இந்திரன்

பெயரற்றவன்

சீட்டுக் குலுக்கிப் போட்டு தேர்ந்தெடுத்து
அப்பா அம்மா சூட்டிய பெயரில் நானில்லை.
சொந்தப் பெயரில் பாதி
புனைபெயருக்கு தானம்.
அலுவலகத்தில் என் பெயர் வெறும் எழுத்து.
என் கனவுகளில் யார் யாரோ
எந்தெந்தப் பெயர்களிலோ என்னை அழைக்கிறார்கள்.
இந்தப் பெயர்களில் எந்தப் பெயர் நான்?

என் மனைவி மட்டுமே இதைக் கொஞ்சம்
புரிந்து கொண்டதாய்த் தெரிகிறது.
"ஏங்க" என்றழைத்து
என் அத்தனைப் பெயரையும் தொ
லைக்கிறாள்.

என் பெயர்கள் சொல்லும் அர்த்தங்களில் நானில்லை.
நான் நானாக இருக்க முயன்றதில்
கலகக்காரன் எனும் பெயரே மிஞ்சியது.

செத்த பிறகு கிடைக்கும் பிணம் எனும் பெயரும்
எரித்து குளித்தவுடன் ஞாபகக் குளத்தில் மூழ்குகிறது.
இப்போது சொல்லுங்கள் நண்பர்களே
நான் யார்?

- 29-ஆகஸ்டு-2020

ஒரு கண்ணில்லாத பூனை

காதலியின் வீட்டில்
பூக்கள் உதிர்த்த முருங்கை மரத்தில்
ஒரு கண்ணில்லாத
கருப்புப் பூனை.

சீனத்துக் கருப்பு மையினால்
காகிதத்தில் ஒற்றி எடுத்த ஓவியம்போல்
காற்றில் தொங்கும் வாலொடு தூங்கும்
குவி அடி வெருகு.

கொள்ளை நோய்க்கு அஞ்சிய நகரம்
ஐம்புலன் ஒடுக்கி அடங்கிய சாலையின்
கானல் நீரில் கடந்து செல்லும்
ஆம்புலன்ஸ் கண்டு
ஒரு கணம் திகைக்கும்.

கிருமிக்கு அஞ்சிக்
கதவுக்குப் பின்னால் ஒளிந்த நகரம்
ச்சே எனச் சலித்துக் கொள்ளும்.

- 4-7-2020

இந்திரன்

எனது கடவுள்

எனது கடவுள் இன்று நோய்வாய்ப் பட்டு
படுத்த படுக்கையாகி விட்டார்.
என்றைக்குச் செத்துப் போவாரோ
என்று பயமாயிருக்கிறது.

என் கடவுளுக்கும் எனக்கும் ஒரே வயதுதான்
ஆனால் அவர் ஏனோ மிகவும் பழுதடைந்து விட்டார்.

அணு ஆயுதப் போரில்
காயமுற்று ரத்தம் சிந்திய கடவுளைக் காப்பாற்ற
மருத்துவர்கள் இரவும் பகலும் போராடுகிறார்கள்.

செயற்கை சுவாசத்தில் மூச்சுவிடத் தவிக்கும் அவர்
வார்த்தைகளால் ஜொலிக்கும் பதக்கங்கள் குத்தப்பட்ட
ராணுவச் சீருடையைக்
கழட்ட மாட்டேன் என்று பிடிவாதம் பிடிக்கிறார்.

கடவுள் எனக்கு எழுதிக் கொடுத்த
சொத்துப் பத்திரத்தின் கீழே
கையெழுத்திடப்படவில்லை என்பதை
நேற்றுதான் பார்த்தேன்.

பிரபஞ்சத்தின் சமையல் குறிப்புப் புத்தகம்

கருணைக் கொலை செய்யலாமென்றாலோ
அவர் இதுவரை என்னை வளர்த்த பாசம் தடுக்கிறது.

எனது ரகசிய பாவச் செயல்கள் அனைத்திலும்
துணையாய் இருந்து தைரியம் கொடுத்த கடவுளை
நான் எப்படிச் சாக அனுமதிக்க முடியும்?

அநீதிகள் என்னைச் சூழும்போதெல்லாம்
கடவுள் பார்த்துக் கொள்வார் என்ற நம்பிக்கையில்
நிம்மதியாய் வாழ்ந்த நான்
கடவுள் இல்லாத இந்த இருண்ட உலகத்தில்
இனி எப்படி வாழ்வேன்?

- 31-ஆகஸ்டு-2020

இந்திரன்

அபத்த மலர்

வார்த்தைகளின் ஹார்மோனியப் பெட்டியின்
ஸ்வரக் கட்டைகளிளிருந்து எழுந்து
காற்றில் மிதந்து துயரமாய்ப் புரள்கிறது
எனது அரூபம்.

ரயில்வே பிளாட்பாரத்தில்
யாருடைய கூந்தலிலிருந்தோ நழுவி விழுந்து
பலரது காலடிகள் மிதித்துச் சிதையும்
அநாதையான ஒரு ஒற்றை சிவப்பு ரோஜாவைப் போல்
அது மிரள்கிறது.

பசித்த வீடற்ற தெருவோர மனிதன்
என் மேசையில் எனக்காக பரிமாறப்பட்ட உணவை
என் எதிரில் வந்தமர்ந்து எடுத்துச் சாப்பிடுவதுபோல்
என் தூரிகைத் தீண்டலில் எனக்கென்று நான் உருவாக்கிய
ஓவியத்தைக் கைப்பற்றி
அரூப அர்த்தங்களை விளைவித்து அறுவடை செய்கிறது.

அகராதிகள் புரட்டி தேர்ந்தெடுத்து
கோப்பையில் தேங்கிய
என் குருதி குளத்தில் தோய்த்தெடுத்து
என் மூச்சுக்காற்றை ஊதிச் செய்த என் பிரதியில்
கண்ணுக்குப் புலப்படாத
தன் வார்த்தைகளை இட்டு நிரப்பி
அர்த்தஜாடையை மாற்றுகிறது.

பிரபஞ்சத்தின் சமையல் குறிப்புப் புத்தகம்

புயற்காற்றில் சிறகுகள் இழந்த
பட்டாம்பூச்சியைப் போல்
வீழ்ந்து கிடக்கிறேன் பூச்செடியின் காலடியில்.

பார்வையிழந்த என் நண்பனிடம்
ஊமையர் பாஷையில் உரையாடித் தோற்கிறேன்.

அபத்தச் செடியில் பூத்த
ஒரு சின்னஞ்சிறு மலரோடு காத்திருக்கிறேன்
எனது அன்பை உங்களுக்குத் தெரிவிப்பதற்காக.

- *1-செப்டம்பர்-2020*

இந்திரன்

ஜெல்லி மீனுடன் சிறு சந்திப்பு

வெளிச்சம் பூத்த தண்ணீர் உடம்புடன்
ஒரு பிளாஸ்டிக் பை போல
கடலோர பாறைகளில் மோதிய அலையில்
ஜெல்லி மீன் ஒன்று
வந்து விழுந்தபோது நான் அங்கே பாறையின் மீது இருந்தேன்.

கடலில் பூத்த நீல ரோஜாவே வருக.
நீ எனது இன்றைய விருந்தாளி.

உனது முன்னிலையில் எனது உயிரில்
650 கோடி ஆண்டுகள் வாழ்ந்த உனது முன்னோர்களின்
பரிசுத்தமான வெளிச்சங்கள் வந்து நிறைகின்றன.

இளமையிலிருந்து முதுமைக்கும்
முதுமையிலிருந்து இளமைக்கும்
மாறி மாறி மரணத்துடன் கண்ணாமூச்சி விளையாடும்
ரகசியத்தை உனக்குக் கற்றுக் கொடுத்தது யார்?

மரணத்தின் மர்மத்தை அறியும் சாவி
உன்னிடமிருந்தால் எனக்கு அதைத் தருவாயா?

பிரபஞ்சத்தின் சமையல் குறிப்புப் புத்தகம்

மூளையோ ரத்தமோ இதயமோ இல்லாமலேயே
உணர்கொம்புகளால் நீச்சல் நடனமாடி
ஆழ்கடலில் ஒரு மகத்தான நட்சத்திரப் பால் வீதியை
நீங்கள் உருவாக்குகிறீர்கள்

காலமும் வெளியும் காரணமின்றி பிறந்து தொலைத்த
இந்த பிரபஞ்சத்தில்
எந்த அபத்தத்தை நிரூபிப்பதற்காக
நாம் இங்கே வந்து சேர்ந்தோம்?

ஆணிலிருந்து பெண்ணாகவும்
பெண்ணிலிருந்து ஆணாகவும் ஆழ்கடலில் மாறி
ஒரு செப்பிடுவித்தைக்காரன் போல் பிறப்பின் மாயம் காட்டும் நீ
எங்களின் பாலரசியல் பற்றி என்ன சொல்லப் போகிறாய்?

புதுவைக் கடலோர பாறையில் அமர்ந்து
கொஞ்சம் பேசுவதற்குள் பேரலை ஒன்று சீறிப் பாய்ந்து
ஜெல்லி மீனைக் கவர்ந்து சென்றது.

- 23-ஆகஸ்டு-2020

இந்திரன்

எதிரிகள்

என் இதயம் கவர்ந்த எதிரிகளே
உயிர் நண்பர்களை நேசிப்பது போலவே
உங்களை நான் நேசிக்கிறேன்.

கைகுலுக்குகிறீர்கள் மார்போடு அணைக்கிறீர்கள்
காட்டிக் கொடுக்கும் முத்தத்தை
என் கன்னத்தில் விதைக்கிறீர்கள்.

பதிலுக்கு நான் என் கன்னத்தை உரச நேர்கையில்
உங்கள் முகம் ஏனோ கழுதைப் புலியின் முகமாக
மாறி விடுகிறது.

பொய் மணக்கும் வார்த்தைகளின் மலர்ச்செண்டை
ஜிகினாத்தாள்களில் சுற்றி
பணிந்து நின்று பரிசளிக்கிறீர்கள்.

இருட்டில் துடிக்கும் என் இருதயம்
நிழலிலேயே பழுக்கும் ஒரு பழத்தைப்போல
உங்களை மன்னித்து மன்னித்துச் சிவந்து விடுகிறது.

நான் பகல் என்று சொல்வதை
நீங்கள் இரவு என்று அறிவிக்கிறீர்கள்.
இரவின் ரகசியங்களையும் பகலின் வெளிச்சங்களையும்
தங்கத்துடன் செம்பு கலப்பதுபோல் உருக்கி வார்த்து
ஒரு மோதிரம் செய்து அணிந்து கொள்கிறேன்.

பிரபஞ்சத்தின் சமையல் குறிப்புப் புத்தகம்

எரியும் சுடருக்குப் பக்கத்திலேயே காத்திருக்கும்
இருட்டைப் போல என்னை அணைப்பதற்காகக் காத்திருக்கும்.
என் அன்புக்குப் பாத்திரமான எதிரிகளே

உங்கள் உளிகளின் தலை மீது விழும்
பலமான சுத்தியல்களின் தாக்குதலில்
கரடுமுரடான பாறையிலிருந்து என்னை
ஒரு அதிரூபச் சிற்பமாகச் செதுக்கி எடுக்கிறீர்கள்.

இரவெல்லாம் கண்விழித்து எனக்கெதிரான திட்டங்களை
நீங்கள் தீட்டிக் கொண்டிருக்கையில்
நான் நிம்மதியாகத் தூங்கி விடுகிறேன்.

உண்மையில் நான் அஞ்சுகிறேன்
ஒருநாள் காலையில் படுக்கையிலிருந்து விழிக்கையில்
என்னைப் போலவே மொழுக்கட்டையான மூக்கு
உங்களுக்கு வந்து விடுமோ என்று...

அழிக்கும் முயற்சியில் என்னை வளர்த்துவிடும் நீங்கள்
உண்மையில் என் எதிரிகளா? என் நண்பர்களா?

- *2-செப்டம்பர்-2020*

இந்திரன்

சுயசரிதை

நானும் நானும்
நேற்று சந்தித்துக் கொண்டோம்
கனவின் நாற்சந்திச் சாலையில்.

"என் பெயர் நான்.
தங்களின் பெயர் தெரிந்து கொள்ளலாமா? "

நான் என் பெயர் சொன்னபோது ஆச்சர்யத்துடன்
"அட என் பெயரும் அதுதான். "

எனது நான் கேட்டது
"உங்களது சுயசரிதையை நீங்கள் எழுதினால்
அதற்கு நீங்கள் என்ன பெயர் வைப்பீர்கள்? "
"உன் கதை" என்றேன் நான்.

வருந்துகிறேன்
யார் யாரையேல்லாமோ தேடிப்போய் சந்தித்த நான்
உங்களைப் போய் இத்தனை நாள்
சந்திக்காமல் இருந்திருக்கிறேனே.

வெள்ளம் புரண்டு ஓடிக் கொண்டிருந்த
ஒரு ஜீவநதியின் படகுத் துறையில்.
நாங்கள் இருவரும்
நின்று கொண்டிருந்தோம்.

மாலை நேர சூரிய வெளிச்சத்தில்
எங்கள் இருவருக்கும் சேர்த்து
ஒரே நிழல் தரையில் விழுந்திருந்தது.

- 16-7-2020

அர்த்தம் தேடும் விலங்கு

குலை நடுங்கும் கொடுங்கனவிலிருந்து விழித்து
படுக்கையில் எழுந்து அமர்ந்தேன்.

விழித்துக் கொண்டே கனவைத் தொடர முயன்றேன்
என்னை எல்லோரும் பைத்தியம் என்றார்கள்.

கனவின் மாமிசத் துண்டுகளையும் எலும்புகளையும்
சிறு சிறு துண்டுகளாக்கி
நனவுலகின் எடை இயந்திரத்தில் தூக்கிப் போட்டேன்.

வழி மறந்து தொலைந்து போன கனவின்
தனிமையான இருண்ட தெருக்களிலிருந்து
இன்னமும் நான் வெளியே வரவேயில்லை.

மலைப்பாம்பு போல் நீண்ட வரிசையின் கடைசியில்
நானும் போய் நின்றேன்.
எனக்கு முன்னால் எல்லோருமே
பாதி கனவில் விழித்து மீதி கனவைத் தேடி
புகார் கொடுக்க வந்தவர்கள்.

குளத்தில் வீழ்ந்து ஊறி சொதத்துப் போன
சூரியனை மீன்கள் தின்றுக் கொண்டிருந்தன.

பாதியில் கலைக்கப்பட்ட என் கனவு
இப்போது எங்கே போயிருக்கும்?

- 7-செப்டமபர்-2020

மகாபலிபுரத்துக் கடல்

கள்ளிப் பூக்களாய் மலர்ந்து
காலையில் வாடி உதிரப் போகும் இரவு.

கடலாடும் இருளர் பழங்குடி பாடகர்களின் குரல்.
முன் பாட்டும் பின்பாட்டுமாய் ஓங்கி ஒலிக்கிறது.

வெள்ளைப் பறவையாய் வானில் சிறகடிக்கும் நிலவு
ஆரிப்பரித்து இரையும் கடல்மேல்
வெள்ளிச் சிறகுகளை உதிர்த்தபடி பறக்கும்.

மாமல்லபுரத்துப் பாறையில் செதுக்கப்பட்ட
தேவர்களும், கின்னரர்களும், கிம்புருடர்களுமாய்
சிறகுகளின்றியே பறந்து வந்து வானில் கூடியுள்ளனர்.

குழலும், தவுலுமாய் இசைக்கருவிகள்
கடல் காற்றில் அதிர்வுகளை விதைக்கையில்
புற்றில் உறையும் கோதுமை நாகங்கள்
படமெடுத்து ஆடுகின்றன.

மல்லிகைப் பூச்சரமாய் வெள்ளைப் பற்களைக் காட்டிச்
மணலில் ஜதி போடும் கருப்புப் பெண்களின்
உள்ளங்கைகள் இருட்டில் தாமரைகளாய் மலர்கின்றன...

கடலில் பாய்ந்த ஈரத்தோடு எழுந்து வந்து
குறி சொல்கிறார்கள் இருளர்களின் சாமியாடிகள்.

கொலை செய்யப்பட்டு கடலில் மீனாகிப் போன
பெண்களின் ஆவிகளோடு அவர்கள் பேசுகிறார்கள்.

ஆணும், பெண்ணும்,
அரவாணிகளுமாய் வட்டமாய்க் கூடியாடும்
அவர்கள் கடலில் குடிகொண்ட
தங்களின் கன்னியம்மனை
அதட்டித் தங்களோடு வரும்படி கூப்பிடுகிறார்கள்.

இரவு முழுவதும் களியாடிய மகாபலிபுரத்துக் கடல்
காலையில் அவர்களின் விரல் பற்றி மௌனமாய்ப்
பின் செல்கிறது அவர்களின் குடிசைகள் நோக்கி.

- 9-செப்டம்பர்-2020

இந்திரன்

அந்தரங்கத் தொன்மம்

காளி கபால மாலையுடன்
நரிகள் ஊளையிடும் கற்பழிப்பு தேசத்தில்
காலை தலைவரை தூக்கி ஆடுகிறாள்.

வயலில் பலாத்காரம் செய்யப்பட்ட
தலித் பெண்களின் அபயக்குரல்களின்
உடுக்கை ஒலியில் திசைகள் நடுங்க
தன் தலையைத் தானே கொய்து கொள்கிறாள்.

ரத்தம் சொட்டச் சொட்டக்
கையில் ஏந்தப்பட்ட அவள் தலை காறி உமிழ்கிறது
பாலியல் பலாத்காரத்தில் கொல்லப்பட்ட
பெண்ணின் உடலை எரித்த அரசாங்கத்தின் முகத்தில்.

வெட்டி வீசப்பட்ட அபலைப் பெண்களின் நாவுகளை
அவள் தனது பன்னிரு கரங்களில்
ரோஜா இதழ்கள் போல் ஏந்துகிறாள்.

குருதி சொட்டும் ரோஜாப் பூ நாவுகளின் மழையில்
கரைகின்றன அநீதியான தீர்ப்பெழுதும் நீதிமன்றங்கள்.

சகோதரிகளின் அபயக் குரல்களுக்குச் செவிமூடி
வெள்ளிக்கிழமை விரதமிருக்கும் பெண்களைக்
கோபக் கனல் வீசும் கண்களால் சுட்டெறிக்கிறாள்.

ஆண்களின் ஒரே ஆயுதமான
குறிகளை அறுத்துப் போட்டுக் காலால் மிதித்தபடி
சிவந்த நாக்கைத் துருத்தியபடி.
ஊழிக் கூத்து ஆடுகிறாள் காளி

- 2 அக்டோபர் 2020

தாந்திரீக சுவாசம்

உன் உடம்பின் உள்ளும் புறமும்
பயணிக்கிறேன் என்னைத் தேடி.

நிர்வாணத்தை நோக்கிய எண்கோணப் படிகளில்
சட்டை உறித்து நகர்கிறது குண்டலினிப் பாம்பு.

ஆணும் பெண்ணுமாய்
இரண்டாய்ப் பிளந்த நாவின் மூலமாய்
பஞ்சபூத ரகசிய உரையாடலின் வார்த்தைகளை
கட்டிலில் உரக்கப் பேசுகிறது காமம்.

பிரபஞ்ச முட்டை உடைத்து
எடையின்றி பறக்கும் பயணத்தில்
நட்சத்திர மண்டலத்தில்
உள்ளக் களித்தலும் காண மகிழ்தலுமாய்
தலைவனும் தலைவியும்.

சூரிய கலையும் சந்திர கலையுமாய்
நாகங்கள் பின்னிப் பிணைகையில்
தாந்திரீகச் சுவாசம் பயில்கிறது மானுடம்.

- 6-ஆக்ஸ்டு-2020

தூர தேசத்து நண்பர்கள்

தொடர்பறுந்து போன என் தூர தேசத்து
பிரம்மச்சாரி நண்பர்கள்
இப்போது என்ன செய்து கொண்டிருப்பார்கள்?

அழிந்து போன டைனோசரின் பாதச்சுவடு போல
எனது பழைய டைரியில் கிடைத்த அவர்களின்
தொலைபேசி எண்கள் கலைந்து கிடந்தன.

மிருகக்காட்சிசாலையின் மயக்கமூட்டப்பட்ட புலி
கொஞ்சம் கொஞ்சமாகத் தெளிவதுபோல
நினைவுக்கு வந்தன என் பழைய நினைவுகள்.

குளிரில் குமுறிப் புலம்பும் கடலோரத்து மதுவிடுதியில்
அவர்கள் இப்போது என்ன செய்து கொண்டிருப்பார்கள்?

பனியில் உறைந்து போன கால்வாயின்மீது
நீந்த நீரின்றி வாத்துகள் நடப்பதுபோல் என் நினவுகள்
நீந்த முடியாமல் தட்டுத் தடுமாறி நடக்கின்றன.

அவர்களின் நாவின் விநோத உச்சரிப்பில் என் பெயர்
காற்றில் திறந்து வைத்த புத்தகம்போல் படபடக்கிறது.

பிளட்பாரம் கிடைக்காமல்
ரயில் நிலையத்துக்கு வெளியே நிற்கும் ரயில்களைப் போல்
மின்னஞ்சல்கள் பகிரப்படாமல்
சூனிய வெளியில் சுழல்கின்றன.

இரவு உணவுக்காக அவர்கள் இப்போது
என்ன சமைத்துக் கொண்டிருப்பார்கள்?

நாங்கள் ஒருநாள் சந்தித்துக் கொள்ளப் போகிறோம்
என்கிற நம்பிக்கையில்
அன்பைச் சுமந்து கொண்டிருக்கிறோம்.

அது உண்மையாகத்தான் இருக்க வேண்டும்
ஆனால் என்னால் நம்ப முடியவில்ல
நாங்கள் சந்திக்கப்போகிறோம் என்பதை.
ஏனெனில் அவர்கள் இப்போது
தொடர்பறுந்து போன தூர தேசத்து நண்பர்கள்.

- 30-ஆகஸ்டு-2020

இந்திரன்

குகை மனிதர்கள்

கணவாய்களின் இருட்டில்
தண்டவாளங்களைச் சரிசெய்யும் தூசி மனிதர்கள்.

தட்டுத்தடவென எதிரொலி எழுப்பி ரயில் விரைகையில்
சுவரில் விலகி ஓடி ஒட்டிக் கொள்கையில்
பூர்வீகக் குகைச் சித்திரங்களாய்ச் சமைந்து போவார்கள்.

பாறையில் காய்ந்த கோரைப் புற்களாய்
செம்பட்டைப் படர்ந்த கேசம் கோதி
புகையிலை மென்ற சொத்தைப் பற்களால் சிரிப்பர்.

ஜோப்பட் பட்டிகளின் தகரக் குடிசைகளுக்குள் தூங்கும் பசி
தொழிற்சாலைகளின் ரசாயண சாக்கடைகளில்
நுரைகளாய் மிதக்கும்.

சர்ச் கேட் வாசலில் இரண்டு நாள் உண்ணாவிரதத்தில்
ஒளியிழந்து போன கண்களுடன்
இளைஞர்களின் கை கோஷ அட்டைகள் உச்சரிக்கும்
" நதிகளை தேசத்துக்குப் பொதுவாக்கு".

ரிச்மாண்ட் சர்க்கிளின்
அடுக்குமாடி புறாக்களுக்குத் தெரிவதில்லை
மனிதர்களின் பசி.

⦿

பிரபஞ்சத்தின் சமையல் குறிப்புப் புத்தகம்

மும்பை புறாக்கள்

ராவணன் போல் பத்து நாவுகளால்
பத்து மொழி பேசும் மும்பை நகரம்

வெண்புறாக்களைத் தூது விட்டு
வானத்தில் எழுதுகிறது அமைதியை.

நல்ல வேளையாக
புறாக்களுக்குக் கடவுள் இல்லை.

மகாலட்சுமி கோயிலின் புறாக்கள்
ஹாஜி அலி தர்காவின் புறாக்களின் மூக்குரசி
சுதந்திரமாகக் காதல் மொழி பேசுகின்றன.

வரம் கேட்டோ
அல்லது சொர்க்கத்தில் இடம் கேட்டோ
அளவற்ற தீனியை வாரி இறைக்கிறது
மும்பை நகரம்.

தூரத்து கானகத்துப் புதர்களை நிராகரித்து
மொட்டைமாடிகளில் இரையெடுக்கின்றன
மயில் கழுத்து வண்ணம் பூசிய சாம்பல் புறாக்கள்

சாகும்போது காணாமல் போகும் புறாக்கள்
இறுதியில்
துன்பியல் நாடகம் ஒன்றை அரங்கேற்றுகின்றன.

- 19-ஆகஸ்ட்டு-2020

இந்திரன்

வாசகனுக்கு ஒரு மன்னிப்புக் கடிதம்

வாசகனே முதலில் என்னை மன்னித்துவிடு.

என் கவிதையில் நீ சந்திக்கும்
கவர்ச்சிகரமான அவன்
உண்மையில் நான் இல்லை.

இதுவரையிலும்
என் ரத்தத்தைச் சிவப்பு மதுவாகவும்
என் மாமிசத்தை அப்பமாகவும்
உனக்குப் பரிமாறி வந்திருக்கிறேன் என்பது
என்னவோ உண்மைதான்.

ஆனால் வார்த்தைகளால் இதுநாள்வரை
நான் செய்ததெல்லாம்
வெறும் ஆள் மாறாட்டங்கள் மட்டுமே.

புத்தகங்களின் சிலுவையில்
என்னை நானே அறைந்து கொண்டபோது
அடுத்த நாளே என்னைச் சிலுவையிலிருந்து
உயிர்த்தெழ வைத்த என் ப்ரிய வாசகனே,
என்னை மன்னித்துவிடு.

அமர காதலனாக, துயருற்ற ஆன்மாவாக
தூய பரிசுத்த ஆவியாக
நான் உதிர்த்த வார்த்தைகள் எல்லாமே
வெறும் நிழல்கள்.

என் செய்வது?
என் மனதில் கனியும் தூய எண்ணங்கள்
நாவில் புரண்டு எச்சிலில் நனைந்தவுடன்
அவை முதல் தரப் பொய்யாக மாறிவிடுகின்றன.

உன் முன் சிந்திய வார்த்தைகளை எல்லாம்
என்னால் திரும்பப் பெற முடியாது என்பதால்
கைபிசைந்தபடி வெறுமனே உன் முன்னால்
இந்த மன்னிப்பைக் கோரிக்கையாக
வைத்து நிற்கிறேன்.

மன்னிப்பாயா?

- 27-ஜூலை-2020

இந்திரன்

இடவல மாற்றம்

எனக்குள்ளிருந்து பெருகும் வெளிச்சம்
நிர்மலமான நிழலைச் சுவற்றில் தள்ளுகிறது.

நீ சொல்கிறாய்
அது உன் ஜாடையில் இருப்பதாய்.

எனது எறும்புப் புற்றிலிருந்து
வரிசை வரிசையாய் வெளியேறி வரும் எறும்புகள்
தலையில் சுமந்து வரும் அரிசி மணி வார்த்தைகளின் மீது
உனது கையெழுத்து பொறிக்கப் பட்டிருப்பதாய்க்
கண்டு பிடித்துக் குதூகலிக்கிறாய்.

நீ மென்ற வார்த்தைகளால் நானும்
நான் மென்ற வார்த்தைகளால் நீயும்
அவரவர்க்கான அந்தப்புரங்களைக் கட்டியெழுப்புகையில்
திடீரென உறக்கத்திலிருந்து திகைத்து எழுகிறாய்
என் வார்த்தைகள் உன்னை வேவு பார்ப்பதாய்.

வான வீதியில் குறிக்கொளற்றுத் திரியும்
மேகத்தின் நெற்றியில்
இருவரின் பெயரையும் எழுதிவிட
நாம் இருவரும் ஆசைப் படுவது உண்மைதான்.

ஆனால்
ஒரு பெயர் எழுதி முடிக்கையில்
அது வேறொன்றாய் உருத்திரிந்து மாறிவிடும் அவலத்தை
நாம் யாரிடம் சொல்ல?

பிரபஞ்சத்தின் சமையல் குறிப்புப் புத்தகம்

காற்றின் வேலை
மேகங்களைக் கலைத்துப் போடுவதுதான்
எனப் புரிந்து கொண்டால்
நம் கவலை தீர்ந்து விடும்.
விழியற்ற புல்லாங்குழல் கலைஞன்
எதையோ தெரிவிக்க முயல்வதும்
அதை எதுவாகவோ புரிந்து கொள்ளப் படுவதுமான
ஒரு பரிவர்த்தனை நடந்தேறி விடுகிறது ஏனோ.

நமக்குள் உருத்திரிபுகள் நிகழ்ந்த வண்ணமே உள்ளன.

மெல்ல நகரும் நதியின் மீது
காற்று வரையும் கோட்டுச் சித்திரங்கள்
தங்க மீனாய் தாமரையாய் கரையோரத் தாழம்பூவாய்த்
தெரிவதாய்ச் சொல்கிறார்கள் குழந்தைகள்.

படிந்த பாசி விலக்கி தெளிந்த நீரில் தேடுகையில்
தெரியும் பிம்பங்களில்
இடவல மாற்றம் ஏற்பட்டுப் போயிருப்பதை
நானும்தான் கவனிக்கிறேன்.

அது நதியின் பிழையோ
நறும்புனலின் பிழையோ அன்று.
பிரதிபலிப்பு குறித்த
விதியின் பிழையென்று புரிந்து கொண்ட கர்வத்தை
உடம்பில் சந்தனமாய்ப் பூசியபடி
உள்ளங்கைகளை மூடியபடி வருகிறது வசந்தம்.

நுழை வாயிலில் நீர் தெளித்துக் கோலமிட்டுப்
பூசணிப் பூ வைத்துக் காத்திருக்கிறேன்

சாதாரணத்தைச் சுவாசிக்கும் இரவின் போர்வையைத்
தூக்கி எறிந்து
வெற்றி வாகை சூடி
பச்சைப் பசும் புற்களைப் பிடுங்கிக் காற்றில் இறைத்து
வானத்தைப் பசுமையாக்கியபடி வந்து நிற்கிறாய் வாசலில்

வரவேற்பு உனக்காக என்பதறியாமல் கேட்கிறாய்

"இந்த வரவேற்பு யாருக்காக?"
☉

பிரபஞ்சத்தின் சமையல் குறிப்புப் புத்தகம்

பறவை

முட்டைக்குள்ளிருக்கும் திரவத்திலிருந்து
ஒரு பாடும் பறவை.

அது ஓடு உடைக்கையில் தெரியுமா
பாடப் போகும் ராகங்கள் எத்தனை என்று?

உச்சானிக் கொம்பின் கூட்டுக்குள்
வானத்தின் கீழே
இறகுப் போர்வை இன்றி உடம்பு நடுங்க

கண் திறக்காமல் கிடக்கும் பறவைக் குஞ்சு
வெளிச்சத்தைக் குடித்து
சுருதி மீட்டத் தொடங்கி விடுகிறது தன் பாடல்களுக்கு.

இன்று
பறக்க வழியில்லாத கூண்டுப் பறவை
வானத்தை நோக்கிப் பறக்க விடுகிறது
இன்னமும்தன்பாடல்களை.

- *13-ஜூலை-2020*

புதிர்

சத்தம் காட்டாமல் ஜன்னல் வழியே
ஒரு புகையைப் போல்
எனக்குத் தெரியாமல் எப்படி நுழைந்தது முதுமை?

அருங்காட்சியகத்தின் கனமான கண்ணாடி சீசாக்களில்
என் இளமை ரசாயணத்தில் மிதப்பதை
நான் இன்று வேடிக்கை பார்க்கிறேன்.

என் கனவில் நிம்மதியாகத் தூங்கிக் கொண்டிருக்கும்
ஒருவனின் கனவில் நான் வாலிபத்தைக் கனவு காண்கிறேன்.

வாழ்க்கையின் அர்த்தமற்ற நகைச்சுவையை நினைத்து
எனக்குள் மூளும் சிரிப்பை
நாக்குக்குக் கீழே வைத்துக் கொள்ளும் மாத்திரையைப் போல
ஒளித்து வைக்கிறேன்.

வெயிலில் காயும் மீன் வலைகளைப் போல்
என் ஞாபகங்களில்
எப்போதும் வீசுகிறது கடலின் கவிச்சி நாற்றம்.
நிழல் மண்டிய கடலோரத்துத் தென்னந்தோப்பில்
மணலில் ஓய்வு கொள்ளும் ஓட்டைப் படகில்
இன்று குழந்தைகள் ஒளிந்து விளையாடுகிறார்கள்.

பெயர் தெரியாத ஒரு பெரிய பறவை
என் மொட்டை மாடியில் வந்தமர்ந்து
துருப்பிடித்த எந்திரம் சுழல்வதுபோல
கர்ண கடூரமான குரலில் கத்துகிறது தினந்தோரும்.
ஏன்?

- 18-ஆகஸ்ட்டு-2020

இரண்டு நாள்

இன்றைக்கும் சில இடங்களில்
சைக்கிளில் ஏறிப் போக முடியாது.
செருப்புப் போட்டு நடக்க முடியாது.
அரும்பு மீசை வைக்க முடியாது.
தேனீர்க் கடை பெஞ்சில் உட்கார முடியாது.
மாதா கோயிலின் பிரதான வாயிலில் நுழைய முடியாது.
கிராமப் பொதுச் சொத்தில் பங்கு கிடையாது.
பேருந்து நிழற்குடையில் உட்கார முடியாது.
தலைப்பாகைக் கட்ட முடியாது.
சலூனில் முடி வெட்ட முடியாது.
தோளில் துண்டு போட முடியாது.
செத்தபின் தலை சாய்க்க
பொது மயானத்தில் இடம் கிடையாது.
சும்மா இரண்டுநாள்
தீண்டத்தகாதவனாக இருந்து பாருங்கள் புரியும்
தீண்டாமையின் கொடுமை.
๏

இந்திரன்

முதலைகளின் காலம்

புனித கங்கையின் முதலைகளுக்குத் தெரியும்
ஏழைகளின் எலும்புகள் சுவையானவை என்று.

இதனால்தான்
பசித்த முதலைகள் சில நேரம் கரையேறி
ஊருக்குள்ளும் வருவதுண்டு.

சேற்று நிற கங்கையின் முதலைகள்
எல்லாமே சந்தர்ப்பவாதிகள்.

ஓநாய்களைப் போல் அவை கூட்டமாய்
வேட்டையாடுவதில்லை என்றாலும்
சந்தர்ப்பம் பார்த்துத் தாக்குவதில் சமர்த்தர்கள்.

பிளந்த வாயின் பற்களை சுத்தம் செய்யும்
பறவைகளை அவை பதம் பார்ப்பதில்லை.

நதியில் வாழ வேண்டுமானால்
முதலைகளிடம் நட்பாய் இருக்க வேண்டும்
எனும் நிலைமை உருவாகி விட்டது.

ஏனெனில் இது முதலைகளின் காலம்.

- 21-ஆகஸ்டு-2020

பாண்டிச்சேரிக்காரன்

எனக்கு இரண்டு சுதந்திரத் திருநாள்கள்.
ஏனெனில் நான் பாண்டிச்சேரிக்காரன்.

நான் இந்திய தேசியக் கொடி ஏற்றும்போது
கைவிரலில் ஜொலிக்கிறது
நீலம், வெள்ளை, ரோஜா நிறம் கொண்ட
பிரெஞ்சு நாட்டின் மூவர்ணக் கொடி.

எனது எல்லா வீதிகளும் நேராகச் செல்கின்றன
ஆல்பர்ட் காம்யூவின்
சூரிய வெளிச்சத்தில் பளபளக்கும் கடலை நோக்கி.

கருப்பு அடிமை முறை உலகில் ஒழிக்கப்பட்டவுடன்
பிரெஞ்சுத் தீவுகளின் கரும்புத் தோட்டங்களில்
நான்தான் அடிமையாக்கப்பட்டேன்.

பிரெஞ்சுப் போர்முனையில்
உயிர் துறந்த எனக்காக
இன்னமும் கடற்கரைச் சாலையில்
துப்பாக்கியைத் தரையில் ஊன்றி
வீர வணக்கம் செலுத்துகிறது வெண்கலச் சிலை.

எனது பண்பாடு
செய்து முடிக்கப்பட்டுவிட்ட ஒரு சிற்பம் அல்ல.

தற்காலம் எனும் சிற்பி
பாண்டிச்சேரிக்காரனின் பண்பாட்டை இன்னமும்
செதுக்கிக் கொண்டே இருக்கிறான்.

- 15-ஆகஸ்ட்-2020

இந்திரன்

அந்நிய நகரம்

தூக்கத்தில் நடக்கும் ஒருவனைப் போல
அந்நிய நகரத்தில் நான்.

இதுவரை பார்த்திராத விலங்கு ஒன்றைத்
தடவிக் கொடுக்க முயல்வதுபோல
நகரத்தை நான் நெருங்குகிறேன்.

நகரம் தனது ரகசிய காமிராவில்
என்னைக் கண்காணித்துக் கொண்டே இருக்கிறது.

ஒவ்வொரு சந்திப்பிலும் பிரிவு
ஒரு விதைபோல வேர்விட்டுக் கொண்டிருக்கிறது.

திரும்பிப் போவதற்காகவே வந்திருக்கிறேன் என்பதை
தெருவோர சங்கீதங்கள் எனக்குத் தெரிவிக்கின்றன.

கேட்டிராத சத்தங்கள் பார்த்திராத வண்ணங்கள்
மரங்கள், தெருக்கள், வீடுகள், பறவைகள்
எதுவுமே எனக்குச் சொந்தமில்லை.

என்னைச் சுற்றிலும் நகைக்கத் தெரிந்த விலங்குகள்
நடமாடிக் கொண்டிருக்கின்றன.

பிரபஞ்சத்தின் சமையல் குறிப்புப் புத்தகம்

அவர்கள் உண்பது, உறங்குவது,
சூதாடுவது, காதல் செய்வது எல்லாமே
ஏதோ ஒரு விநோதச் செயல் போலத் தெரிகிறது.

யாருக்கு நாம் சொந்தம்? யார் நம்மை நேசிக்கிறார்கள்?
யார் நம்மைப் புறக்கணிக்கணிக்கிறார்கள்?
யார் நம்மைக் கொள்ளையடிக்கக் காத்திருக்கிறார்கள்?
எல்லாம் புரிவதற்குள் விசாவின் காலம் முடிந்து விடுகிறது.

நான் வாழும் இந்த பூமியும்கூட
போவதற்காகவே வந்திருக்கும் ஒரு அந்நிய நகரம்
என்பதை ஏன் எனக்கு யாருமே
ஞாபகப்படுத்தவில்லை.?

- 24-ஆகஸ்டு-2020

இந்திரன்

கடவுள் படம் வரையும் சிறுமி

யாரோ சொல்லிக் கொடுத்து விட்டார்கள்
சிறுமிக்கு
கடவுள்தான் இவ்வுலகத்தைப் படைத்தார் என்று.

அவள் இப்போது கடவுள் படம் வரைகிறாள்.

பெரிய கிறுக்கல்கள், சிறிய கோடுகள்
வட்டங்கள் வரைந்து கடவுள் என்றாள்.

நேற்று அவள் வரைந்த
மனிதன் படத்தை எடுத்துப் பார்த்தேன்.

இரண்டு கிறுக்கல்களும்
ஏறத்தாழ ஒரே ஜாடையில் இருந்தன.

இரண்டையும் அவளிடம் காட்டி
எது மனிதன் எது கடவுள்
என்று கேட்டேன்.

கடவுள் கிறுக்கலை மனிதன் என்றும்
மனிதன் கிறுக்கலைக் கடவுள் என்றும்
சொன்னாள்.

- 31-ஜூலை-2020

பிரபஞ்சத்தின் சமையல் குறிப்புப் புத்தகம்

உடம்பு

உடம்பு எனது கேளிக்கை விடுதி.
அதிரும் அதன் கிடார் இசைக்கு ஏற்ப
காலவெளி கடந்த நடனத்தில் திளைக்கிறேன்
வாழ்தலின் மது அருந்தி.

ஒருவரை நேசிக்கும்போது
அவரது உடம்பையும் சேர்த்தே நேசிக்கிறேன்.

வாழ்க்கையின் அகராதி திறந்து அர்த்தம் தேடுகையில்
நான் எனும் பிரம்மையின் அரண்மனையைக்
கட்டி எழுப்புகிறது உடம்பு.

உடம்பு எனது தேசப்படம்.
காயங்களின் திருகலான புதிர்ப் பாதைகளில்
வலியுணர்த்தி வழிகாட்டி
அது என்னைக் காப்பாற்றுகிறது.

மரணத்தின் பிடியில் உடம்பை நாங்கள்
அதிக நேரம் இருக்கவிடுவதில்லை.

நாங்கள் அதை புதைத்து விடுகிறோம்
அல்லது
எரித்துச் சாம்பலாக்கி
நதியில் கரைத்து விடுகிறோம்.
◉

இந்திரன்

வளர்ப்பு மிருகம்

புத்தகங்களால் செல்லமாய் வளர்த்தெடுக்கப்பட்ட
ஒரு வளர்ப்பு மிருகம்தான் நான்.
மிருகமாய் இருந்த எனக்கு
ஒரு செல்லப் பெயர் சூட்டி
மிருதுவான குரலில் அழைத்தபோது
நான் புத்தகங்களின் பக்கங்களை நுகர்ந்தேன்.
மனிதர்கள் மீது அன்பு பாராட்டவும்
அநீதி கண்டால்
காலைத் தூக்கி அதன் மேல் சிறுநீர் கழிக்கவும்
புத்தகங்கள் எனக்குப் பயிற்சி அளித்தன.
என் கடைசி ஆசையெல்லாம்
புத்தகங்களின் காலை நக்கிக் கொண்டே
என் உயிர் பிரிய வேண்டும் என்பதுதான்.

- *23-4-2020*

கடலோரச் சிலை

கடலோரத்தில்
சந்தேகம் கேட்கும் மாணவன் போல் கை உயர்த்தி
ஒரு ஊமைச் சிலையாக நிற்க
எனக்குச் சம்மதம் இல்லை.

நகரத்தில் முகவரி தேடி அலைபவர்களுக்கு
வழி சொல்லப் பயன்படும்
கருப்புப் பெயிண்ட் அடிக்கப்பட்ட
உலோகச் சிலையாக என்னால் நிற்க முடியாது.

கடற்காற்றில்
பசுமை இலைச் சிறகுகளைக் காற்றில் சிலுப்பி
நடனமாடும் நிழல்களைக்
கோழிக் குஞ்சுகள் போல் தரையில் மேயவிட்டு
தன்கீழ் நின்று காதல் மொழி பேசுபவர்களின் மீது
மலர்தூவி ஆசீர்வதிக்கும்
பெயர் தெரியாத ஒரு கடலோர மரமாக
வாழ்வதே சுகம்.

- *28-7-2020*

இந்திரன்

பகடி

வாழ்க்கை ஒரு கோமாளி.
என்னைச் சிரிக்க வைப்பதற்கு சதா முயல்கிறது.
சிரிப்பதை நிறுத்திவிட்டால்
நான் அழத் தொடங்கி விடுவேன் என்பதால்
அது பலவித சேஷ்டைகளைச் செய்து கொண்டே இருக்கிறது.

விதி புகைத்துத் தூக்கிப் போட்ட
பாதி எச்சில் சிகரெட்டை எடுத்து நான் புகைக்கிறேன்.
விதியின் அதிகாரத்தைக் கேலி செய்வதற்காக
சிகரெட்டைப் புகைத்தபடி அதன் முன்னால்
சாவுக் கூத்தின் சில அசைவுகளை ஆடிக் காட்டுகிறேன்.

குறும்புக்கார சிறுவனை அடிக்கத் துரத்துகிற
அன்னையைப் போல
விதி என்னைத் துரத்திக் கொண்டு
ஓடி வருகிறது.
அதன் கையில் எனக்குப் பிடித்த
பரிசு ஏதெனும்
மறைத்து வைத்திருக்கிறதா
என்று திரும்பிப் பார்த்துக் கொண்டே
நான் ஓடுகிறேன்.

வாழ்க்கை எனும் பலசரக்குக் கடைக்காரர்
நான் கேட்டேயிராத பொருட்களை எல்லாம்
என் கையில் திணிக்கிறார்.
நான் கேட்ட பொருட்களை
நான் கடையில் மறந்து வைத்து விட்டதாகச் சொல்லி
அவை தேவைப்படாத நேரத்தில்
என் வீட்டுக்கே வந்து கொடுக்கிறார்.

நான் சிரிக்கிறேன்
அழாமல் இருப்பதற்காக.

- 12-6-2020

இந்திரன்

காலம்

காலம் ஒரு ராட்சச சிலந்தி.
அது ஒரு பிறவி ஊமை.
வாழ்க்கையை அது என்னோடு விவாதிப்பதே இல்லை.
வெட்டுக்கிளிகள் போலவோ சிள் வண்டுகள் போலவோ
காலம் சப்திப்பதில்லை.
மௌனமாகவே எதையாவது செய்துவிட்டுப் போய்விடுகிறது.

காலம் ஒரு ராட்சச சிலந்தி...
உலகின் எல்லா மூலைகளிலும்
மௌனமாக வலை பின்னிக் கொண்டே போகிறது...
ஆண்கள், பெண்கள்,
திருநங்கைகள், திருநம்பிகள்,, சுயபாலின மோகிகள்
எல்லோர் மீதும் எச்சில் துப்பி
இறுதியில் திரவமாக்கித் தின்று விடுகிறது.

- *10-ஜூன்-2020*

என் முகம்

என் முகம் ஒரு திறந்த புத்தகம்.
துரதிருஷ்டவசமாக
அதன் முக்கிய பக்கங்கள் கிழிக்கப்பட்டுவிட்டன.

என் முகம் ஒரு சுயசரிதை.
வெளியே சிந்தாமல் அடக்கி வைக்கப்பட்ட
கண்ணீரால் அதன் எழுத்துக்கள் அழிக்கப்பட்டுவிட்டன.

என் முகம் ஒரு முகமூடி.
தயவுசெய்து அதை கழட்டாதீர்கள்.
யாருக்கும் தெரியாமல்
இதயத்தில் பாய்ச்சப்பட்ட குத்துவாள்கள்
அதன் கீழே தான் பதுக்கி வைக்கப்பட்டுள்ளன.

என் முகம் ஒரு புதையுண்ட நகரம்.
தோல்விகளின் ரத்தக்கறை படிந்த பகடைக் காய்களை
நீங்கள் அங்கே கண்டெடுக்க நேரலாம்.

இதனால் தான் நண்பர்களே
நான் எனது பாதி முகத்தை மட்டுமே காட்டுகிறேன்.

- 10-ஆகஸ்டு-2020

இந்திரன்

கடல் தியானம்

எனக்குள் தியானிக்கிறது கடல்.
சிறு குழந்தையின் தளர்நடையைக்
கற்கிறது அலை.
பிஸ்மில்லாகானின் ஷெனாய் இசையாய்க்
கரைகிறது சுவாசம்.

கடல் எனக்குள் அமைதியாய்க் குடிகொண்டு
மேயும் சிந்தனைகளை வேடிக்கைப் பார்த்து
ஜன்னலில் கண் செருகி அமர்ந்த பூனைபோல்
வெறுமனே அமர்ந்திருக்கிறது.

பொய்யான மய்யத்திலிருந்து கழன்று
எனக்குள் புலப்படும் ஆழ்பிரதியை
எழுத்துக் கூட்டி வாசிக்கத் தொடங்குகிறது கடல்.

கடலின் மெலிதான ஓசை
ரத்த ஓட்டம்போல் எனக்குள் பாய்கிறது.

தீமை, நன்மை, நல்லவன், கெட்டவன்
எல்லாம் ஊதுபத்திப் புகையாய் லேசாகிப் பறந்து
கடலும் நானும் ஒன்றாகிக் கலந்து
தியான வெளியின் பூஜ்யத்துக்குள் சங்கமமாகிறோம்.

- 9-ஆக்ஸ்ட்-2020

பிரபஞ்சத்தின் சமையல் குறிப்புப் புத்தகம்

கைபேசி கோபுரங்கள்

ஈஃபில் கோபுரத்தைப் பகடி செய்கின்றன
கைபேசி கோபுரங்கள்.
கேடயம் ஏந்திய அரக்கர்களாய்
மின்காந்த அலைகளை வான வயலில்
மௌனமாய் விதைக்கின்றன.
புதருக்குத் திரும்பும் பூஞ்சிட்டுகளை
மின் காந்த அலைகளால் வழி மறிக்கின்றன.
ஆனாலும்
பூத்துக் காய்த்துப் பழுத்து விதை தெளிக்கும்
மரங்களிடம்
நித்த நித்தம் தோற்கின்றன கைபேசி கோபுரங்கள்.

- ***5-3-2020***

பூஜ்ஜிய புவி ஈர்ப்பு விசை

பிரக்ஞையின் ஆர்ப்பரிக்கும் கடலுக்குள்
நாம் இருவரும் துணிந்து பாய்ந்து
நீந்திக் களிக்கிறோம்.

காதலிலிருந்து மின்சாரம் தயாரிக்கும்
கலையை முயன்று கற்கையில்
சூரியக் குடும்பத்தில்
இருவரும் இணைந்து ஒரு காலப் பயணம்.

உன் மூச்சை நானும்
என் மூச்சை நீயுமாய் சுவாசிக்கையில்
பால் பிடித்து முற்றித் தலைசாய்ந்த நெல்வயலில்
மெலிதாய்க் கைவீசி நடைபழகுகிறது நமது சுவாசம்.

மூலாதார மையத்தில் மூண்டெழும் கனல்
இயற்கையின் ஆதிப் பிரவாகமாகப் பாய்கையில்
ஐம்புலனும் ஐம்பூதங்களுடனும் கலந்து
பிரபஞ்ச ரகசியங்களை நம் காதில் பேசுகின்றன.

துயிலெனும் குளத்தில்
வெண்ணிற ஆம்பல் இதழ் விரித்துப் பேசுகிறது
நமது பூஜ்ஜிய புவி ஈர்ப்பு விசையை.
๏

பிரபஞ்சத்தின் சமையல் குறிப்புப் புத்தகம்

நடுநிசி மழை

நடுநிசியில்
மூடிய ஜன்னலுக்கு வெளியே பெய்யும் அடர் மழையில்
குளிப்பாட்டப்படும் பிணத்தைப் போல
மௌனித்துக் கிடக்கிறது நகரம்.

காற்றில்லாமல் ஒரே சீராகப் பெய்யும் மழையின் ஓசை
நிசப்தத்தைப் போல இறுகிக் கிடக்கிறது.

நள்ளிரவில் எரியும் தெருவிளக்குகளின் மீதும்
மாமனிதர்களின் சிலைகளின் மீதும்
சாலையோரத்தில் நிறுத்தப்பட்டு
வண்டியோட்டிகள் உள்ளே தூங்கும் லாரிகளின் மீதும்
மாடியில் கொடிக்கயிறுகளில் காயப் போடப்பட்டு
மறதியாய் எடுக்கப்படாமல் விடப்பட்ட துணிகளின் மீதும்
மழை வலுத்துப் பெய்கிறது.

தூக்கம் கலைந்த மண்புழுக்கள்
மழையில் கரையும் களிமண்ணில்
சுரங்கம் தோண்டிக் களிக்கின்றன.

வேர்கள் பின்னிக் கிடக்கும் இரண்டு செடிகளைப் போல
என்னோடு படுக்கையில் இருக்கும் அவள் கேட்கிறாள்
"மழையா பெய்யுது?"

- 9-ஜூன்-2020

இந்திரன்

பைத்தியக்காரி

தேரடி வீதியின் இருட்டில் நிற்கும்
காமச் சிற்ப தேருக்குப் பக்கத்தில்
இரவுதோறும் வாய்விட்டுக் கதறி அழுகிறாள்
வீடற்ற அநாதையான பைத்தியக்காரப் பெண்.

தன்னிச்சையாகத் தோன்றிய பிரபஞ்ச நியாயங்களை
பசிக்குப் புசிக்கும் அவள்
புரியாத வார்த்தைகளைப் பகடையாக உருட்டி
தினந்தோறும் என்ன கேட்கிறாள்?

இரண்டு எண்களைப் பெருக்கினால்
கிடைக்கும் விடை பூஜ்யமெனில்
அவளுக்குள் இருக்கும்
பூஜ்யமல்லாத இன்னொரு எண் எது?
ஆளரவமற்ற அருங்காட்சியகங்களில்
தூங்கி விழும் காவலாளிகளைப் போல
அவள் குறித்து எந்தக் கவலையுமின்றி
எப்படித் தூங்க முடிகிறது இந்த நகரத்தால்?

- 26-04-2020

குற்றமும் தண்டனையும்

அதிகாலையில் சிறைக்கு வெளியே இருக்கும்
வெட்ட வெளியில்
காத்திருக்கிறது தூக்கு மேடை
ஒரு அப்பாவி அல்லது குற்றவாளியின்
மரணத்துக்காக.

கழுத்தை இறுக்கப் போகும் மணிலா கயிறு
பலமாயிருக்கிறதா என்று
பரிசோதிக்கிறது விதி.

இறுதியாக அவன் முகம் மூடப்படுகிறபோது
அவனை அத்தனை குற்றங்களுக்கும்
தயார்ப் படுத்திய பெரிய மனிதர்கள்
நிம்மதியான அதிகாலைத் தூக்கத்தைக்
கொண்டாடிக் கொண்டிருக்கிறார்கள்.

முகத்தை மூடுமுன்
மரண தண்டனையை நிறைவேற்றப் போகும்
அதிகாரியின் உள்ளங்கையில்
ஒரு முத்தத்தைப் பரிமாறுகிறான்
சாகப் போகிறவன்

எல்லாம் யோசித்து முடிக்கையில்
இறுதியில் கையில் எஞ்சப் போவதெல்லாம்
அன்பு, அன்பு, அன்பு மட்டுமே.

- 16-மார்ச்சு-2020

இந்திரன்

தனிமை

சமூகத் தனிமையால் சபிக்கப்பட்ட நகரம்
தூங்குகிறது.

நட்சத்திரப் பூவேலைப்பாடுள்ள கருநீலப் போர்வையை
குளிருக்குப் போர்த்தியபடி
நடைபாதைத் தனிமையில் தூங்குகிறான்
ஒரு நாளெல்லாம் குப்பை பொறுக்கிய
அநாதைச் சிறுவன்.

இலவசங்களால் மட்டுமே வாழும் அவனுக்குத் தெரியும்
இந்தப் பிரபஞ்சம் அவனுக்கு
இலவசமாய்க் கொடுக்கப்பட்டிருக்கிறது என்று.

மலர்ந்தும் மலராத ஒரு கருப்பு ரோஜாவைப் போல
தூங்கும் அவனுக்குத் தெரியும்

நல்லவைகளிலிருந்து
கெட்டவைகளைக் கழித்துப் பார்த்தால்
இறுதியில் கையில் எஞ்சுவதெல்லாம்
இங்கே வெறும் பூஜ்ஜியம் என்று.

சொல்லொணாத் தனிமையில் வாழும்
ஒவ்வொரு நட்சத்திரமும் அவனுக்குச் சொல்கிறது

"எந்த தைரியத்தில்
இந்த பூமியின்மேல் தனியனாக வந்து விழுந்தாயோ
அதே தைரியத்தில்
தனியனாகவே நீ வாழ்ந்து விட்டுப் போ."

- 29-ஜூலை-2020

கடல்

கடல் ஒரு மகாகவி.
கவிதை எழுதுவதற்காக அது
மடிக்கணிணியைத் தேடி ஓடுவதில்லை.

தன் மனதில் கவிதை தோன்றும்போதெல்லாம்
ஆயிரக்கணக்கான அலை நாவுகளால்
சீறியெழுந்து ஓங்கிக் குரலெடுத்துப் பாடுகிறது.
பாடி முடித்தவுடன் நிலைகுலைந்து வீழ்கிறது.

தன் கவிதைகளை
மணல் மீது எழுதி எழுதிப் பார்க்கும் கடல்
கிளிஞ்சல்கள் எனும் ஹைக்கூ கவிதைகளும் எழுதுகிறது.

தனக்குத் திருப்தி அளிக்காத கவிதைகளை
தன் அலைக்கரங்களால் அழித்து அழித்து
எழுதிப் பார்க்கிறது.

கடல் ஒரு மொழிபெயர்ப்பாளனும்கூடத்தான்.

வானம் எனும் மேல்நாட்டின்
வெளிச்ச மொழியில் எழுதப்பட்ட கவிதைகளை
தன் தாய்மொழியாகிய இரைச்சல் மொழிக்கு
ஏராளமாய் மொழிபெயர்த்துக் கொண்டே இருக்கிறது.

கவிதையை
இரவும் பகலுமாய் வாழ்வதால்
கடல் ஒரு மகாகவி.

- 5-ஆக்ஸ்ட்டு-2020

இந்திரன்

நிழல் யுத்த காலம்

கண்ணுக்குத் தெரியாத எதிரியின் முகத்தில்
காற்றில் முஷ்டியால் ஓங்கிக் குத்தி நிழல் யுத்தம்.
பதுங்கு குழியில் ஒளிந்திருப்பவனைப் போல
தனித்திருக்கிறேன் என் வீட்டில்.

காலை இளம் வெயிலில்
நகரத்து அமைதியை ரசித்தபடி
வாசலில் அசந்து தூங்கும் தெருநாய்
செத்து விட்டதா? விழுத்திருக்கிறதா?

கொலையில் உதித்த தெய்வங்களைப் போல
இடுகாட்டு மண் மேடுகளில் காசித் தும்பைப் பூக்கள்
பூத்துச் சிரிப்பதை நிறுத்துவதே இல்லை ஏனோ? ---

காய்ந்த மல்லிகைச் சரங்களோடு
சுவரில் தொங்கும் கடவுள் படங்களைத்
தொட்டு முத்தம் கொடுக்கத் தடுக்கும்
ஏதோ ஒன்றின் பூதாகர நிழல்.
வடித்த கஞ்சியாய் வெயில் பரவிய வானத்தில்.

- *11-ஏப்ரல்-2020*

என் முகம்

என் முகம் ஒரு திறந்த புத்தகம்.
துரதிருஷ்டவசமாக
அதன் முக்கிய பக்கங்கள் கிழிக்கப்பட்டு விட்டன.

என் முகம் ஒரு சுயசரிதை.
வெளியே சிந்தாமல் அடக்கி வைக்கப்பட்ட கண்ணீரால்
அதன் எழுத்துகள் அழிக்கப்பட்டு விட்டன.

என் முகம் ஒரு முகமூடி.
தயவு செய்து அதைக் கழட்டாதீர்கள்.
யாருக்கும் தெரியாமல் இதயத்தில் பாய்ச்சப்பட்ட
குத்துவாள்கள் அதன் கீழேதான் பதுக்கி வைக்கப்பட்டுள்ளன.

என் முகம் ஒரு புதையுண்ட நகரம்.
தோல்விகளின் ரத்தக்கறை படிந்த பகடைக் காய்களை
நீங்கள் அங்கே கண்டெடுக்க நேரலாம்.

இதனால்தான் நண்பர்களே
நான் எனது பாதி முகத்தை மட்டும் காட்டுகிறேன்.

- 10-ஆக்ஸ்டு-2020

இந்திரன்

பயங்கள்

மழையில் நனையும் காக்கையின்
கருப்பு நிறம் நீரில் கரைந்து
ஒழுகி ஓடி விடுமோ?

சுழலும் மின் விசிறி
சுழன்று அப்படியே பறந்து
ஜன்னல் வழியாகப் போய்விடுமோ?

வாயைத் திறக்கச் சொல்லி
டார்ச் அடிக்கும் டாக்டரின் கேள்விகளுக்கு
உள் நாக்கின் மூலமாகவே
பதில் சொல்லி விடுவோனோ?

கொரோனாவுக்குக் கை கழுவுகையில்
முகத்தில் தெறிக்கும் ஒரு துளி நீரில்
வைரஸ் வாய்க்குள் போய் விடுமோ?

இதிலெல்லாம்
எனக்கு எந்த பயமும் இல்லை.

இவையெல்லாம் நடக்கும்போது
எங்கே நான் அந்த இடத்தில்
இருந்து விடுவேனோ
என்றுதான் ஒரே பயம்.

- 5-4-2020

மனிதனைப் புசிக்கும் புலி

மனிதனைப் புசிக்கும் புலியை இதுவரை
யாருமே கண்ணால் பார்க்கவில்லை.

ஆனால் கும்பல் கூடிய இடங்களில் எல்லாம்
புலியினால் பாதி உண்ணப்பட்ட சடலங்கள்.

கீழைத் தெருவில்
சாத்தப்பட்ட கதவுகளுக்குப் பின்
கண்ணாமூச்சிக்கு ஒளிந்து கொள்வதுபோல்
எல்லோரும் ஒளிந்து கொண்டார்கள்.

தங்களுக்கென்று ஒரு கதவில்லாதவர்கள் மட்டுமே
வீதியில் நின்றனர்.

பிள்ளைகளால் கைவிடப்பட்ட பெற்றோரென
சோர்ந்து கிடந்தன நகரங்கள்.

பருந்திடமிருந்து குஞ்சுகளைச் சிறகணைப்பால்
காப்பாற்ற முயற்சிக்கும் தாய்க் கோழியென கிராமங்கள்.
புலி இப்போது
தங்கள் வீட்டுக்குள் நுழைந்து விட்டதோவென்ற
பயத்தில் எல்லோரும்.

- 26-03-2020

இந்திரன்

மண்டை ஓட்டுடன் உரையாடல்

மின்சார ரயிலின் வாசல் படி பயணத்தில்
மாக்பெத்
மண்டை ஓட்டைக் கையிலேந்தி
உரையாடத் தொடங்கி விடுகிறான்

சிரிப்பினால் மட்டுமல்ல
கண்ணீராலும் துயரத்தாலும்கூட
மனிதர்கள் ஒருவரை ஒருவர்
நேசிக்கத் தொடங்கி விடுகிறார்கள்.

இரண்டு குறுக்கு எலும்புகளோடு
ஒரு மண்டையோடு
தத்துவ விசாரணை செய்யத் தொடங்கி விடுகிறது...

கடலும், காடும், மண்ணும், மயானமும்
சொல்லித் தருகின்றன
பிரபஞ்சத்தின் ஏதோவொரு மூலையில்
பிரத்தியேகமான ஒரு இடம்
நமக்காக ஒதுக்கப்பட்டிருப்பதை.
இடுகாட்டு வேம்பின் கிளை அமர்ந்த காகம்
கழுத்தைச் சாய்த்துப் பார்க்கிறது
புதைகுழியின் ஆழம் எவ்வளவு என்று.

- 23-ஜூலை-2020

பிரபஞ்சத்தின் சமையல் குறிப்புப் புத்தகம்

சவால்

மரத்துண்டைப் புரிந்து கொள்ள
நீயும் ஒரு மரத்துண்டாகிப் போ.

நண்டுகளைப் புரிந்து கொள்ள
நீயும் வளை தோண்ட வேண்டியது கட்டாயம்.

மண் புழுவின் அவஸ்தை
நீயும் மண்ணைத் தின்று பார்த்தால்தான் தெரியும்.

பூனை நடை
குறுகிய மதில்மேல் தடுமாறிக் கீழே விழாமல்
நடந்து பார்த்தால்தான் வரும்.

நகரத்தைப் புரிந்து கொள்ள
நீயும் அதன் சாக்கடையாய்
ஜனசந்தடியாய்
தொழிற்சாலைகள் விடும் அழுக்கு மூச்சாய்
வாழ்ந்து பார்.

அப்போதுதான் புரியும்
எப்படியும் வாழ்ந்து தீர்க்க வேண்டும் எனும்
நகரத்தின் சவால்.

- 30-6-1983

இந்திரன்

நீ யாரையாவது காதலிக்கும்போது

நீ யாரையாவது காதலிக்கும்போது
சிட்டுக் குருவிகள் கிறீச்சிட்டபடி
உன் ஜன்னல் கதவுகளின் மீது
ஜோடியாக சம்போகிப்பது
அதிகாலைத் தூக்கத்தைக் கலைப்பதாகத் தோன்றுகிறது.

நீ யாரையாவது காதலிக்கும்போது
மழையாகப் பொழியும் சூரிய வெளிச்சத்தில்
நனைந்தபடி
தும்பிகள் ஜோடியாகக்
காற்றில் ஒரே இடத்தில் மிதந்து நின்று
கொஞ்சிக் கொள்வது
இப்போது தேவையா என்று தோன்றுகிறது.

நீ யாரையாவது காதலிக்கும்போது
ஜன்னலையொட்டிப் படர்ந்திருக்கும்
மல்லிகைக் கொடியின் மொக்குகள் பூத்து
சுகந்த மணத்தைக் கட்டிலில் படுத்திருக்கும் உன் மீது
காற்றில் கலந்து பன்னீர்போல் தெளிப்பது
இயற்கை உனக்கெதிராகச் செய்யும்
சதிவேலை போல் தோன்றுகிறது.

நீ யாரையாவது காதலிக்கும்போது...
வானம் மூடிக் கொண்டிருக்கையில்
எழும் தவளைகளின் மழை ஜபம்
உன் புத்தக வாசிப்பைத்
தொந்தரவு செய்வதாகத் தோன்றுகிறது.

நீ யாரையாவது காதலிக்கும்போது மட்டும்
உலகம் தேவையில்லாத
பல வெட்டி வேலைகளில் ஈடுபடுவதுபோல்
தோன்றுகிறதே அது ஏன்?

- *22-02-2020*

இந்திரன்

மரணம் எனும் பூனை

என் வீட்டின் தகரக் கூரையின் மீது
மரணம் எனும் பூனை
நடமாடத் தொடங்கி விட்டது.

புலரியில் பதுங்கத் தொடங்கும் இருள்
சத்தம் காட்டாமல் மெல்ல மெல்ல
வேலைகளை
என் தலையில் கட்டி விட்டு நழுவுகிறது.

நான் வேக வேகமாகக்
குளித்து
தாடி மீசைகளைச் சவரம் செய்து
வெள்ளை உடைகளை அணிந்து கொள்ளத்
தொடங்கி விடுகிறேன்.

எந்த நேரமும்
வீட்டைப் பூட்டிக் கொண்டு புறப்படுவதற்குத்
வசதியாக
பூட்டு சாவிகளை எடுத்து
கதவுக்குப் பக்கத்தில் வைத்திருக்கிறேன்.

ஜன்னலைத் திறந்து
மலைகளுக்கு அப்பால் வானில் பார்த்தால்
கருத்த மேகங்கள்
மழையாக
வழிந்து இறங்கியபடியே உள்ளன...

பிரபஞ்சத்தின் சமையல் குறிப்புப் புத்தகம்

திடீரெனத் தோன்றும் வால்நட்சத்திரங்களின்
மர்ம வழிகளும்
கடல் மட்டத்தின் ஏற்ற இறக்கங்களும்
காற்றாலைகளை வேகமாகச் சுழலச் செய்யும்
காற்றின் குதிரை வேகமும்
யாருடைய கட்டளைப்படி எந்தத் திட்டத்தின்படி
இயங்குகின்றன என்பது புரியாமல்
உண்மையில் தடுமாறுகிறேன்.

இந்த உலகத்தின் முன்னால்
நான் எப்படி அர்த்தப்படுகிறேன் என்பது
சுத்தமாக எனக்குப் புலப்படவேயில்லை.

முன் பின் தெரியாத
ஓர் இருண்ட வீட்டிற்குள்
ஒவ்வொன்றையும் தடவித் தடவி
உள் நுழைந்து செல்லும் ஒருவனைப் போல
இந்த உலகத்தில் நான் நடமாடுகிறேன்.

வாழ்க்கையில் எனக்குக் கிடைக்கும்
வண்ணங்களைக் குழைத்து
என்னுடைய சுயசித்திரத்தை
நான் தீட்டியபடியே இருக்கிறேன்.

அதைப் பார்க்கிறபோது அது என்னுடைய
ஜாடையில் இல்லாத
அன்னியன் ஒருவனின் சித்திரத்தைப் போல் உள்ளது.

இந்திரன்

எனது பேனாக்களையும் நோட்டு புத்தகங்களையும்
மடிக் கணிணியையும்
எனது படுக்கைக்குப் பக்கத்தில் இருப்பவர்களுக்கு
பரிசளிக்க ஆசைப்படுகிறேன்.

கொடுக்க நினைக்கும் நேரத்தில்
வாங்க வேண்டிய நிர்ப்பந்தம்.

⊙

தேவதைகள்

தெரு விளக்குகள் இன்னும் அணையாத
இருண்ட காலை வேளையில்
நீல நிற தேவதைகள்
துடைப்பங்களால் ஆசீர்வதிக்கிறார்கள்
தூங்கும் நகரத்தை.

சொன்னால் நம்ப மாட்டீர்கள்.

ஆறடி நிலத்தில் தூங்கப் போகிற மனிதன்
ஆரோக்கியமாய்த் தூங்கி எழ
அன்றாடம் உயிரைப் பணயம் வைத்துப் போராடும்
தேவதைகளின் சிறகுகள் கருப்பு

பசியோடு இருக்கும் தேவதைகளை
நீங்கள் பார்த்ததுண்டா?
இதோ அடையாளம் காட்டுகிறேன்.

மனிதனுக்கு மனிதன் கொடுக்கும் மரியாதையைக் கூட
கொடுக்க மறுக்கும் சக மனிதனுக்காய்
தூய்மைப் பணி செய்யும் இவர்கள்
மனித குல நேசிப்பை
வைரக்கிரீடமாய் அணிந்தவர்கள்.

- 26-4-2020

இந்திரன்

மலைக் காட்சி - 1

மலையின் நடுவே
தொலைதூரத்து ஏரி
அதிகாலைச் சூரியனில் பிரகாசிக்கும் மூடுபனியில்
ஆவி பறக்கும் ஓர் தேனீர் கோப்பை.

நத்தை முதுகில் தாங்கிய கூடு போல்
தொலைதூர மலைப் பாதையின் முதுகில்
ஒரு தனி வீடு.

கவிந்த மௌனத்தின் முன்னால்
ஏரியில்
தலைகுப்புற விழுந்து தளும்புகிறது
மலையின் சிகரம்.

பனிக்கட்டியாய் உறைந்து போயிருந்த நான்
உருகி ஓடினேன் திரவமாய்.
⊙

மலைக்காட்சி - 2

சிகரத்தில் ஏற ஏற
சுவாரசியமாகி விடுகிறது மலை.
கீழே உள்ள மனிதர்கள்
எறும்புகளாக மாறிப் போகிறார்கள்.
தூரத்திலிருந்து பார்த்தபோது
குழந்தைகள் வரைவது போலிருந்த மலை
இப்போது
சீனத்து நீர்வண்ண ஓவியம்போல் மாறிவிடுகிறது.
பிறந்த குழந்தைக்குத் திடீரென
ஐம்பது வயது ஆகிவிட்டது போல
பார்வையில் பெரிய பக்குவம் வந்து விடுகிறது.

இப்போதுதான் புரிகிறது
நான் மலை ஏறியபோது
மலையும் என்னோடு ஏறி வந்திருக்கிறது என்று.
⦿

இந்திரன்

மலைக்காட்சி - 3

மலைப்பாம்பு போல் சோம்பலுடன் நகர்கிறது
மலைப்பாதை.

மலையின் மேல் வீடுகள்.
சிப்பாய் போல் அணிவகுத்து நின்று
காவல் காக்கின்றன தென்னை மரங்கள்.

அடிவாரத்தில் நின்று
சிகரத்தை அண்ணாந்து பார்க்கையில்
தலைப்பாகையாய்த் தலையிலிருந்து நழுவி விழுந்து
சுக்கல் நூறாய் உடைந்து சிதறுகிறது
நான் எனும் தலை கர்வம்.

இலை, காற்று, சூரியன், நிழல்

தரையில் விழுந்து காற்றில் புரளும்
பழுத்த இலையின் நிழல்
ஒரு மனிதனின் நிழல்போல் காட்டி
புரண்டு படுக்கையில்
பூச்சியின் நிழலாய்த் தேய்மானம் கொள்ளும்.

இதை ஏன் வேலை மெனக்கிட்டு
எழுத வேண்டும் நான்?

சூரியனின் வேலை நிழலைத் தள்ளுதல்.
இலையின் குணாம்சம் காற்றில் உருளுதல்.
நிழலுக்குத் தெரிந்ததோ
இருக்கும் இடத்துக்கு ஏற்ப ஜாடை மாற்றுதல்.
இதில் எனக்கென்ன நஷ்டம்?

எதுவும் என் இஷ்டப்படி நடக்கப் போவதில்லை.
எல்லாம் ஒரு நாள் போய் விடும்
நாம் நிழல்களை மட்டுமே
புசித்துக் கொண்டு பசியாறிக் கொண்டிருப்போம்.
அப்புறம் என்ன கவலை?
ஒரு வேளை இதை எழுதிப் பார்த்தால்
கவிதை ஆகிவிடுமோவென
சபலப்படுகிறதோ மனசு.?
๐

இந்திரன்

வயலின்

கூந்தல் மலரிலிருந்து நழுவி விழுந்த
ஒற்றை மலர் போல் கட்டில் மேல் அவள்.

தேன் நிற நிர்வாண உடம்பை ஞாபகப்படுத்தும் வயலினைக்
குழந்தைபோல் ஏந்தி இசைக்கிறாள்.

தோளில் போட்டு தட்டுவது போல
கழுத்துக்குக் கீழே வைத்து
இடது கன்னம் பதித்து, காதைப் புதைத்து
வெட்கத்தோடு வயலின் தன் காதில் பேசுவதைக்
கேட்டுக் கேட்டு அவள் வயலின் வில்லை அசைக்கிறாள்.

இடது கையால் கழுத்தின் ஸ்வரப் புள்ளிகளைத்
தொட்டுத் தொட்டு சிலிர்க்க வைக்கிறாள்.

வயலின் வில்லில் பூசப்பட்ட மெழுகின் துகள்கள்
இசையின் மகரந்தமென
பனி உதிர்வது போல் வயலினின் மேல் உதிர்கின்றன.

இசையின் புகை அலைகளை
பிரபஞ்சம் முழுவதும் மிதக்க விட்டு
வேடிக்கை பார்க்கிறாள் அவள்.

- 27-5-2020

தேவாலய நெருப்பு

வான்கோவின் ஓவியத்தில் வான் நோக்கி வளரும்
சைப்ரஸ் மரங்களைப் போல்
கொழுந்து விட்டெரிகிறது ரோத்தர்தாம் தேவாலயம்.

ஓக் மர கோபுரம் நெருப்பில் எரிந்துச் சரிகையில்
அதில் கூடு கட்டிய பருந்துகள்
நெருப்புச் சுவாலையில் வட்டமிடுகின்றன வானில்.

நெருப்பில் செத்த பூச்சிகளையும் எலிகளையும்,
பசியாற உண்பதற்காய்க் கூடுகின்றன அண்டங்காக்கைகள்.

புனித மனிதர்களின் பளிங்கு முகங்களும்
பசுமை படர்ந்த செம்புச் சிலைகளும்
புகை மண்டலத்தினூடாகவும் புன்னகைக்க மறந்திலர்.

என் உள்ளங்கை ரொட்டித் துகள்களுக்காக
கையில் வந்து அமர்ந்த சிட்டுக் குருவிகள்
நெருப்பில் பறந்து போயின
தொலை தூர புதர்களை நோக்கி.
பறவைகளுக்குத் தெரிவதில்லை
நோத்தர்தாம் தேவாலயமும் ஒருநாள்
தீப்பற்றி எரியும் என்று.

***- 15, ஏப்ரல், 2019ல் பாரீஸ் நகரின் நோத்தர்தாம்
தேவாலயம் தீக்கிரையானபோது எழுதியது.***

அர்த்தம் தேடும் விலங்கு

குலை நடுங்கும் கொடுங்கனவிலிருந்து விழித்து
படுக்கையில் எழுந்து அமர்ந்தேன்.

விழித்துக் கொண்டே கனவைத் தொடர முயன்றேன்
என்னை எல்லோரும் பைத்தியம் என்றார்கள்.

கனவின் மாமிசத் துண்டுகளையும் எலும்புகளையும்
சிறு சிறு துண்டுகளாக்கி
நனவுலகின் எடை இயந்திரத்தில் தூக்கிப் போட்டேன்.

வழி மறந்து தொலைந்து போன கனவின்
தனிமையான இருண்ட தெருக்களிலிருந்து
இன்னமும் நான் வெளியே வரவேயில்லை.

மலைப்பாம்பு போல் நீண்ட வரிசையின் கடைசியில்
நானும் போய் நின்றேன்.
எனக்கு முன்னால் எல்லோருமே
பாதி கனவில் விழித்து மீதி கனவைத் தேடி
புகார் கொடுக்க வந்தவர்கள்.

குளத்தில் வீழ்ந்து ஊறி சொதத்துப் போன
சூரியனை மீன்கள் தின்றுக் கொண்டிருந்தன.

பாதியில் கலைக்கப்பட்ட என் கனவு
இப்போது எங்கே போயிருக்கும்?

- 7-செப்டமபர்-2020

இந்தியா

கணவாய்களின் இருட்டில்
தண்டவாளங்களைச் சரிசெய்யும் தூசி மனிதர்கள்.

தட்டுத்தடவென எதிரொலி எழுப்பி ரயில் விரைகையில்
சுவரில் விலகி ஓடி ஒட்டிக் கொள்கையில்
பூர்வீகக் குகைச் சித்திரங்களாய்ச் சமைந்து போவார்கள்.

பாறையில் காய்ந்த கோரைப் புற்களாய்
செம்பட்டைப் படர்ந்த கேசம் கோதி
புகையிலை மென்ற சொத்தைப் பற்களால் சிரிப்பர்.

ஜோப்பட்பட்டிகளின் தகரக் குடிசைகளுக்குள் தூங்கும் பசி
தொழிற்சாலைகளின் ரசாயண சாக்கடைகளில்
நுரைகளாய் மிதக்கும்.

சர்ச் கேட் வாசலில் இரண்டு நாள் உண்ணாவிரதத்தில்
ஒளியிழந்து போன கண்களுடன்
இளைஞர்களின் கை கோஷ அட்டைகள் உச்சரிக்கும்
" நதிகளை தேசத்துக்குப் பொதுவாக்கு".

ரிச்மாண்ட் சர்க்கிளின்
அடுக்குமாடி புறாக்களுக்குத் தெரிவதில்லை
மனிதர்களின் பசி.

- 80களில் மும்பை வாழ்க்கையில் கிறுக்கி வைத்த கவிதை இப்போது கண்ணில் பட்டது.

இந்திரன்

நினைவு

காணாமல் போய் விட்ட நாயின் நினைவு
பீங்கானில் பளபளக்கும்
பொம்மையாய் என் மேசைமேல்.

வர்ணப்பூச்சால் கருத்த மூக்கும்
மனிதனைப் போன்ற புருவமும் கொண்டு
தலை தூக்கி என்னை நோக்கும்

இரவின் அமைதியைத் துளைக்கும்
அதன் ஊளைச்சத்தம்
படிக்கட்டில் கட்டி வெறுமனே தொங்கிக் கொண்டிருக்கும்
நாய்ச் சங்கிலியின்
வெறுமையிலிருந்து எழும்.

- ஜூலை-1993

பிரபஞ்சத்தின் சமையல் குறிப்புப் புத்தகம்

சுங்க சோதனை

என் மார்பு முழுவதும் குத்தப்பட்டுள்ளன
தோல்வியின் தங்கப் பதக்கங்கள்.

கனக்கும் தோல்வியின் பதக்கங்களுடனேயே
தினந்தோறும் தூங்கி எழுகிறேன்.

நான் நுழைய முயலும்
மாளிகைகளின் உட்புறமாகத் திறக்கும் கதவுகளில்
"தள்ளு" என்பதற்குப் பதிலாக
"இழு" என்று எழுதி இருக்கிறது.

கங்கை நதியின் முதலைகள் கரையேறி
ஊருக்குள் வந்து விடுவதுபோல
தோல்விகள் என்னைத் தேடி வந்துச் சந்திக்கின்றன.

விமான நிலையத்தில் பயணிகளைப் பரிசோதிக்கும்
ஒரு சுங்க அதிகாரியைப் போல
தோல்விகள் மறைத்து வைத்திருக்கும் வைரங்களை
நான் விடாமல் தேடுகிறேன்.

தோல்வியின் உடற்பயிற்சிக் கூடங்களில்
வியர்வை மழையில்
என் தசைகளை நான் இரும்பாக்கிக் கொள்கிறேன்.

ஒரு தோல்வியிலிருந்து மறுதோல்விக்குப்
பயணிக்கும் வழியில் இருக்கும் ரயில் நிலையப் படிக்கட்டில்
வேர்க்கடலை கொறித்தபடி காத்திருக்கிறது
எனக்கான ஒரு வெற்றி.

- 21-ஆக்ஸ்டு-2020

இந்திரன்

எனக்குள் பூனை

தொலைவில் கேட்கும் ஒரு கீதம் போல்
மரணம்.

நான் எனது புல்லாங்குழலை
எங்கேயோ வைத்து விட்டேன்.

பசியில் கத்தும் பூனைக் குட்டியைப் போல
ஏதோ ஒன்று எனக்குள்
விடாமல் குரல் கொடுக்கிறது.

ஆட்டின் குரல்வளை அறுக்கும்
கறிக் கடைக்காரர்
பசியில் கத்தும் பூனைக்கு இரக்கப்பட்டு
ஒரு சிறு ஆட்டு ஜவ்வைத்
அரிந்தெடுத்து எறிகிறார்.
பூனைக் குட்டிக்கு பசி அடங்கவில்லை

தொலைதூர கீதம்
நெருங்கி நெருங்கி
வருவது போல் தெரிகிறது.

நான் இப்போது கைமறதியாய் வைத்த
புல்லாங்குழலைத்
தீவிரமாய் தேடத் தொடங்குகிறேன்...

நடைபாதை கோயிலுக்குப் பக்கத்தில்
பூ விற்கும் யானைக்கால் கிழவியின்
ஈ மொய்க்கும் பாதத்தில் சென்று இழைகிறது
பூனைக் குட்டி.
மல்லிகை முழம்போட்டு மணக்கும் கைகளால்
பூனைக்குட்டியை
மெல்ல வருடிக் கொடுக்கிறாள் கிழவி.
அது அவளை அண்ணாந்து பார்த்து
பசியில் விடாமல் கத்துகிறது.

மெலிதான காற்றுக்கு உதிர்ந்து
அதிராமல் தரை மீது
வந்தமரும் பழுப்பு இலையை
பூனைக் குட்டி தலை திருப்பிக்
கொஞ்ச நேரம்
சந்தேகக் கண்ணோடு பார்க்கிறது.

தூரத்து இசை
இப்போது மிக அண்மையில்.

புல்லாங்குழலின் நிழல்
அறை மூலையில் சந்திக்கும் சுவர்களில்
விழுந்து மடங்கி
நகர்கிறது.

இந்திரன்

பூனைக் குட்டியின் பசி
இப்போது மேலும் வளர்கிறது.
அது விடாமல்
மியாவ் மியாவ் எனக் கத்துகிறது.

பூனைக் குட்டி
இப்போது ஒரு வார்த்தையாக மாறி
என் கவிதை வாக்கியத்தின்
வெற்றிடம் ஒன்றில்
வந்து மெத்தென்று படுக்கிறது.

காலம்
மௌனத்தை ஒரு மோதிரமாக
விரலில் அணிவிக்கிற போது
பூனைக் குட்டி
மரணத்தின் இசையை ரசித்துக் கொண்டு
சுருண்டு படுத்து
வால் மேல் தலை வைத்து
இருக்கிறது ஏனோ
சும்மா.

- 24-ஜுன்-2015, காலை 10.29.

கனவுகள் = சாம்பல்கள்

எதிர்கால இந்தியா குறித்த கனவுகள்
கண்ணாடி ஜாடிகளின் திரவத்தில்
ஊறிக் கொண்டிருக்கும்
கருச்சிதைவு செய்யப்பட்ட குழந்தைகளைப் போல்
மிதக்கின்றன.
நகரத்தில் வாழ்ந்த புலம்பெயர் தொழிலாளிகள்
இப்போதுதான் உணர்கிறார்கள்
சாக்கடைகளில் வாழும் எலிகளுக்கு இருக்கும்
சொந்தம்கூட நகரத்தில் தங்களுக்கு இல்லை என்று.
நெடுஞ்சாலை வெயிலில் நடக்கும் பாதங்கள்
இப்போதுதான் நினைத்துப் பார்க்கின்றன
சுரைக்கொடி படர்ந்த தங்களின் சொந்த வீட்டுக்கு முன்னால்
திண்ணைக்கும் தரைக்குமாய் தாவிக் குதித்துக் கொண்டிருக்கும்
ஆட்டுக் குட்டியை.

- 28-5-2020

இந்திரன்

தற்கொலை மூலமாக தண்டிப்பவன்

தற்கொலையின் மூலமாக
தண்டிக்க விரும்பினேன்
எனக்கு துரோகம் செய்தவர்களை.

தற்கொலையைத் தேடி
பால்ய காலத்தின் தெருக்களில்
எங்கே போகிறேன் என்று தெரியாமல்
நடக்கத் தொடங்கினேன்.

மரப்பாலத்தின் கீழே
நொப்பும் நுரையுமாய் நகரும்
ரசாயணக் கழிவின் கால்வாயைப் பார்த்தபடி
பலகீனமாய் நகர்ந்தேன்.

பாலத்தின் மீது எனது சலூன்காரர்
என்னைப் பார்த்துப் புன்னகைக்கிறார்
நாளைக்கு என் வீட்டிற்கு அவர் வர நேரலாம்
என்பது தெரியாமல்.

அவரது கைக்குழந்தைக்கு
டாட்டா காட்டுவது எப்படியென்று
இந்த நேரத்தில்
என் மூலமாகச் சொல்லிக் கொடுக்கிறார்.

வழியில் காது மடக்கி படுத்திருந்த
நாய்க்குட்டி ஒன்று
ஏனோ என்னைப் பார்த்ததும்
எழுந்து கூடவே ஓடி வருகிறது.

தனக்கென்று ஒரு சொந்த பெயரில்லாத
அநாதை நாய் அது என்று தெரிந்து கொள்கிறேன்.
சாவதற்கு முன்
அதற்கு ஒரு செல்லப் பெயரிட விரும்புகிறேன்.
டாமி, ஜிம்மி, டைகர் --
வழமையான நாய்ப் பெயர்களை விட்டு விட்டு
அதற்கு மரணம் என்று பெயரிடுகிறேன்.

வழியில் பெட்டி கடை வைத்திருக்கும்
என் அண்டை வீட்டுக்காரம்மா
என்னை பார்த்து விட்டு
கடையை விட்டு ஓடி வருகிறார்.
இரண்டு நாள் முன்னதாக
என் மனைவிடம் கைமாற்றாக வாங்கிய
பணத்தை என்னிடம் திருப்பிக் கொடுக்கிறார்.
நான்
என் துயரத்தின் பட்டுப் பூச்சிகளைக் கொன்று
ஒரு புன்னகையை பட்டு நெசவு செய்து
அவருக்கு பரிசளிக்கிறேன்.

ரயில்வே கேட்டை
மின்னலாய்க் கடக்கும் ரயில் சக்கரங்களுக்குக் கீழே
மிதிபட்டுக் கதரும் தண்டவாளங்களைப் பார்க்கிறேன்.
ரயில் கடந்த பின்
சூரியனில் பளபளத்துச் சிரிக்கிறது தண்டவாளம்.
⊙

வாக்குமூலம்

எனக்குள்ளிருந்து பெருகும் வெளிச்சம்
நிர்மலமான நிழலைச் சுவற்றில் தள்ளுகிறது.
நீ கூச்சப் படுகிறாய்
அது உன் ஜாடையில் இருப்பதாய்.

நான் எனும் எறும்புப் புற்றிலிருந்து
வரிசை வரிசையாய் வெளியேறி வரும் எறும்புகள்
தலையில் சுமந்து வரும் அரிசி மணி வார்த்தைகளின் மீது
உனது கையெழுத்து பொறிக்கப் பட்டிருப்பதாய் அஞ்சுகிறாய்.

எனக்குள் உருத்திரிபுகள் நிகழ்ந்த வண்ணமே உள்ளன.
நீர்ப் பரப்பின் மீது காற்று வரையும் கோட்டுச் சித்திரங்கள்
தங்கமீனாய்த் தாமரையாய்க் கரையோரத் தாழம்பூவாய்
அதற்குள் ஊர்ந்து வரும் பாம்பாய்த்
தெரிவதாய்ச் சொல்கிறாய் நீ.

படிந்த பாசி விலக்கி தெளிந்த நீரில் தேடுகையில்
ஒரு தலைப்பிரட்டையாய்ப் பாசியில் நழுவி மறைகிறது
என் சொந்த முகம்

நீ மென்ற வார்த்தைகளால் நானும்
நான் மென்ற வார்த்தைகளால் நீயும்
அவரவர்க்கான அந்தப்புரங்களைக் கட்டியெழுப்புகையில்
திடீரென உறக்கத்திலிருந்து திகைத்து எழுகிறாய்
என் வார்த்தைகள் உன்னை வேவு பார்ப்பதாய்.

பிரபஞ்சத்தின் சமையல் குறிப்புப் புத்தகம்

நிலவு காயும் நடு இரவில் நாடு விட்டு நாடு பறக்கும்
வெள்ளிப் பறவைகள் போல்.
பறந்து வரும் மின்னஞ்சல் கேள்விகளுக்கு
உன் விரல் நுனியில் அட்சரங்களாய்க்
காத்திருக்கின்றன பதில்கள்.
☉

இந்திரன்

ராப்பிச்சைக்காரன்

அபியின் தெருவில் சுற்றிய ராப்பிச்சைக்காரன்
இரவு தோறும்
இப்போது என் தெருவுக்கும் வருகிறான்.

பார்வையற்ற புத்திசாலியாய்
வாசனையால் மட்டுமே வழி கண்டு பிடித்து
இரவு தோறும் என் வீட்டு வாசலில்
வந்து நிற்கிறான்
நிரப்பி மாளாத பிச்சைப் பாத்திரத்தோடு.

இரண்டாம் ஜாமத்தின் பாதி உறக்கத்தில்
அலையும் தெரு நாய்கள்
அவனை விடாமல் துரத்தி வந்து குரைக்கின்றன.

சுக்கிலம் தெறிக்க
அவனது ருத்ர தாண்டவத்தின் உடுக்கை ஒலி
என் தனிமையான படுக்கை அறையின்
நான்கு சுவர்களிலும் எதிரொலிக்கிறது.

தோலுரிக்கப்பட்ட ஆடுகள்
வாலில் மட்டும் முடிகளோடு
உயர்ந்த கொக்கிகளில் மாட்டப்பட்டுத்
தொங்குவது போல
வரிசையாய் மாட்டப்பட்டுள்ள ஆசைகளின்
மாமிசம் கேட்கிறான் அவன்.

பிரபஞ்சத்தின் சமையல் குறிப்புப் புத்தகம்

ஏழை பணாக்காரரென்று பேதம் பாராமல்
இரவு தோறும் எல்லோரிடமும்
யாசிக்கிறது அவன் குரல்.

தழு தழுத்தக் குரலில் பிச்சை எடுத்த அவன்
இப்போது அதிகாரமாய் அதட்டிப்
பிச்சை கேட்பது கண்டு துணுக்குறுகிறேன்.

“போ” என்று விரட்டினாலும்
நகராமல் மீண்டும் மீண்டும் யாசிக்கும்
அவனை அடித்து விரட்ட
மனசில்லை ஏனோ.

திறந்து விரிக்கப்பட்ட கைகளுடன்
வரவேற்கப்பட வேண்டிய ஒரு நண்பனைப் போல
அவனை அழைத்துச் செல்கிறேன் வீட்டிற்குள்.

அவன் உதடுகளில் கசியும் பாடலுக்காக
என்னிடம் இருக்கும் கடைசி நெல் மணியையும்
பகிர்ந்து கொள்வதென முடிவெடுக்கிறேன்.

எதிர்ப்போ கோபமோ
இயலாமையில் பிறக்கும் வெறுப்போ இன்றி
தன்னை வரவேற்பவனின்
ரத்தக் கோட்டை அடிவானத்துக்கு அப்பால் உள்ள
மானுடத்தின் அமரத்துவம் நோக்கி இழுத்துச் செல்கிறது
தினந்தோரும் யாசிக்கும் அவன் குரல்.

⊙

இந்திரன்

கேள்வி

நாடு விட்டு நாடு பறந்து செல்லும் பறவைகளில்
ஏதேனும் ஒன்று பதில் சொல்லாதா என்ற ஆதங்கத்தில்
வானத்தைப் பார்க்கிறேன் நான்.
பெயர் தெரியாமல் பூத்து
பிரபஞ்சத்தின் மூலையை
அலங்கரித்து விடுகிற காட்டுப்பூவில்
ஏதேனும் ஒன்று பதில் தராதா என்று
பூமியைப் பார்க்கிறாள் அவள்.
☉

சிரிப்பொலி

பழைய கதையை மீண்டும் மீண்டும் கேட்க விரும்பும்
ஒரு குழந்தையைப் போல
அலைபேசி வழியாகச் சிதறும் உன் சிரிப்பொலிகளை
மீண்டும் மீண்டும் கேட்க விரும்புகிறேன்
◉

இந்திரன்

உனது புகைப்படம்

கண்ணுக்குப் புலப்படாத ஏதோ ஒன்றை
என் இதயம் கண்டெடுத்தது
உன் புகைப்படத்தில்.

ஏதென்று சொல்லத் தெரியாத
சங்கீதமொன்று
திடீரென
என் தோளைத் தொட்டு
காதில் ஏதோ முணுமுணுத்துச் சென்றது

சூரிய சந்திரனாய் தன்னம்பிக்கையில் ஜொலிக்கும் விழிகளும
வர்ணக் கனவுகளை மனசுக்குள் புதைத்த
மலர்ந்தும் மலராத கம்பீர பூ முகத்தை
வார்த்தைகளில் வர்ணிக்க முடியாது.
ஓர் அரூப ஓவியமாக வேண்டுமானால்
தீட்டிக் காட்டலாம்.
கடந்த காலத்தைக் கையில் பிடிக்கும் பிரயத்தனமாய்
அருகில் நின்ற உன்மேல் விழிகளை ஓட்டினேன்.

புகைப்படத்தின் வாசனை
இன்னமும் கமழ்ந்தது உன்னைச் சுற்றி...
◉

முகமூடிகளின் யுகம்

புதையுண்ட நகரங்கள் போல்
புன்னகைகள் முகமூடிகளின் கீழே.

வாயால் பேச முடியாமல்
கண்ணீரால் பேசிக் கொள்கிறார்கள் துயரத்தை.

முகமூடிகளுடன்
வெளியே போய் விட்டு வரும் மனிதர்களை
யாருடையதோ போலவோ வரவேற்கிறது வீடு.

இரவில் தூங்கப் போவதற்கு முன்னால்
முகமூடி இல்லாமல் கண்ணாடியில் பார்க்கையில்
யார் முகம்போலவோ தெரிகிறது சொந்த முகம்.

முகமூடி அணியாதபோது
ஏதோ நிர்வாணமாய் இருப்பதுபோல்
பதறுகிறது மனம்.

தங்கத்திலும், வெள்ளியிலும்
தயாரிக்கப்பட்ட முகமூடிகள்
கோயம்புத்தூர் நகைக்கடைகளில்
விற்பனைக்குக் காத்திருக்கின்றன.

வாஷிங்டன், சாவ் பாவ்லோ, டெல்லி
உலகின் எல்லா தெருக்களிலும்
முகமூடி அணியாமல் திரிவது
மரணம் மட்டுமே.

- *21-ஜூலை-2020*

இந்திரன்

பனிச் சிற்பம்

ஜன்னலில் கசியும் நிலவொளியில்
நீரில் மிதக்கும்
நிலவின் பிம்பமாய் நீ.

அந்தரங்க அறைக்குள்
கனிந்த கொய்யாப் பழ வாசனையாய்
உனது நறுமணம்.

பின்னிரவில்
குடுகுடுப்பைக்காரனின் உடுக்கை ஒலி
தொலை தூர இசையின் சன்னத் துகள்களாய்
கலைந்த படுக்கை விரிப்பின் மடிப்புகளில் வந்து படிகையில்
நாசித் துவாரங்கள் விடைக்க
என்னைப் பார்வையால் அணைக்கும்
உன் களைத்த விழிகள் சிந்தும் காதலின் குளிரில்
காலம்
ஒரு பனிக்கட்டிச் சிற்பமாய் சமைந்து நிற்கும்.

விழிகளின்
ரகசிய மொழியில் நான் உன்னை அழைக்க
சயனித்தபடி
உன் கரங்களை மாலையாய்க் கழுத்தில் சூட்டுகையில்
மெலிதாய்ப் பரவும் வெப்பத்தில்
திரவமாய் உருகும் பனிக்கட்டியாய்
காலம்
மீண்டும் சலசலத்துப் பாயத்தொடங்கும்.

பிரபஞ்சத்தின் சமையல் குறிப்புப் புத்தகம்

காதலின் ஈரத்தில் ஊறிய மானுட விதை
மரகதப் பச்சைத் தளிராய்த் துளிர்க்க
நாளையின் நம்பிக்கை வெளிச்சம்
இருட்டில் புல்லாங் குழலிசையாய்
வான வெளியின் திசைகள் தோறும் பரவ
அதை அருந்தித் திளைக்கும் பறவைகளாய்
நீயும் நானும்...

நிலவும் நட்சத்திரங்களும் வெளிறிப் போய்
பேருந்துகளின் டீசல் மணம்
அதிகாலைக் காற்றில் மெலிதாய் மிதக்கையில்
சோம்பல் முறிக்கும் நகரம்
எனக்குள் மின்சாரம் பாய்ச்சி
படுக்கை விட்டெழுப்பும்
நுரையீரல் முழுவதும்
உன் வாசனைகளை நிரப்பியபடி.

௦

இந்திரன்

உடம்பின் வாசனை

பறக்கும் வண்டின் தொடர்ந்த ரீங்கரிப்பு போல்
உறவுக்குத் தூண்டும் அழைப்புகள்.

காட்டின் ஒவ்வொரு ஒற்றையடிப் பாதையையும்
அறிந்திருப்பது போல்
அந்தரங்கமான முறையில்
அறிவேன் நான் அவள் உடம்பை.

தீயின் இருதயத்துக்குள் விழுந்து விட்டது போல
காம நெருப்பு தீ நாக்குகளால்
என்னைக் கட்டி அணைக்கிறது.

தீயை அள்ளித் தலையில்
ஊற்றிக் குளிக்கிறேன்.

நானே நெருப்பு
நெருப்பே நான்

கண்ணாடி முன்னால்
மெழுகுவர்த்தி ஏற்றி வைத்து
கண்மூடி அவளை தியானித்து நிற்கிறேன்

பிரபஞ்சத்தின் சமையல் குறிப்புப் புத்தகம்

நெருப்பில் எரிந்து போய்
எனது ஸ்தூல உடம்பு சாம்பலாய்ப் போக
எனது உன்மையான நான்
திகம்பர சொரூபமாய் நின்று நெருப்பாய் எரிகிறது.

அவளது உடம்பின் வாசனை
கண்ணாடியில் நீராவியாய் வந்து படிய
மேக மூட்டத்தில்
கொசு வலைக்குள் சயனித்தது போல் அவள் உருவம்.
⊙

பின்னகரும் கவிதை

மண்ணில் புரளும் மஞ்சள் சருகுகள்
மீண்டும் மேல் நோக்கிப் பறந்து
கிளைகளில் சென்று ஒட்டிக் கொள்ள
காய்ந்த மரம் பச்சைப் பசேலென துளிர்த்து கனிகளால் குலுங்க
கனிந்த பழங்கள் மலர்ந்த பூக்களாய் மலர
பட்டாம்பூச்சிகள் வந்து மொய்த்தவுடன்
பூக்கள் மொட்டுக்களாய்ச் சுருங்க
மரம்
செடியாய் உருமாற
செடி விதைக்குள் சென்று ஒளிந்தது
மண்ணில்
ஒரு துளி மழைநீர் விழாதா என
காத்திருக்கும் தவம் தேடி.

⦿

பிரபஞ்சத்தின் சமையல் குறிப்புப் புத்தகம்

கடலோரத்தில் கால்பந்து

கடலோரத்தில் நடக்கிறது
தினந்தோறும் கால்பந்து விளையாட்டு

சிவப்புப் பந்தாய்
அடிவானத்தில் மறையும் சூரியனை
வானில் எகிறிக் குதித்து
எட்டி உதைத்து விளையாடுகிறார்கள் இளைஞர்கள்.

வெற்றி தோல்விகள் குறித்து கரவொலித்து குரலெழுப்ப
சுற்றிலும் கூட்டமில்லை
ஆனாலும் ஆர்ப்பரித்துப் பாராட்டுகின்றன கடல் அலைகள்.

தப்பித் தவறி கடலில் போய் விழும் கால் பந்தை
உடனுக்குடன் கொண்டு வந்து திருப்பித் தருகிறது கடல்.

ஆட்டக்காரர்களின் நிழல்கள்
தனியாக கோஷ்டி சேர்ந்து கொண்டு
மணல் மேல் விழுந்து புரண்டு ஆடுகின்றன
இன்னொரு கால் பந்தாட்டம்.
நிழல்கள் கரைந்து
கவியும் இருளில்
கால் பந்து காணாமல் போகும் வரையிலும்
தொடர்ந்து நடைபெறுகிறது கால் பந்தாட்டம்.
☉

இந்திரன்

மழைப் பேச்சு

வெளிர் மஞ்சள் வெயிலில் மழை.
ஓடிப்போய் ஜன்னலைத் திறந்தேன்.
"நரிக்கும் காக்கைக்கும் கல்யாணம்"
கூவியபடி ஓடி வந்தாள் குட்டிப் பெண்.
மழையில் பழம் விற்கும் பாட்டி
இப்போது என்ன செய்யும் அம்மா?
கவலைப் படாதே வெயில் பார்த்துக் கொள்ளும்.
பழம் விற்கும் பாட்டிக்கு
ஒவ்வொரு நாளும் வயதாகிக் கொண்டே போகிறதே?
ஏன் பூமிக்குக்கூடத்தான் வயதாகிறது?
பூமிக்குத் துணையாகக்
குட்டி கிரகங்கள் இருக்கின்றனவே அம்மா?
பெய்யும் மழையில் தேங்கி நிற்கும் நீரில் பார்.
பாட்டிக்குத் துணையாக அவளது நிழல்.
வலுக்கும் மழைக்கு பயந்து விரையும் வாகனங்கள்
பாட்டிக்காக நின்று பழம் வாங்குகின்றன அம்மா.
ஆமாம்.
மழையில் பழம் விற்கும் பாட்டி ஒரு கவிதை.
அவளின் சுருங்கிய தோலின்மீது பட்டுத் தெறிக்கும்
ஒவ்வொரு மழைத் துளியும் ஒரு வார்த்தை.
தூறலில் வாகனத்தில் அமர்ந்தபடி
பாட்டியிடம் பழம் வாங்குபவர்கள் எல்லோரும்
மழையின் அட்சரங்களைத் திரட்டிக் கொண்டு போய்
மழைக்கு ஒரு அகராதி செய்வார்கள்.
அப்படியானால்
இந்த இளம் வெயிலுக்கு ஒரு அகராதி கிடையாதா அம்மா?
நீ எதற்காக இருக்கிறாய் மகளே?
நான் வானவில்லுக்காக காத்திருக்கிறேன் அம்மா.

- 24-5-2020

சத்யஜித் ரே: புகழுரைகளின் சாம்பல் மேடு

நீளும் நிழல்களில்
நீயும் ஒன்றாகிப் போனாய்.

செலுலாய்டில் ஓவியம் தீட்டிய நீ
இன்று ஒரு நொடியில்
நீர்க்கோழி தண்ணீரில் கிழித்த கோடு.

தீயில் சிக்கிய காடாய் மண்டிக் கிடக்கிறது
புகழுரைகளின் சாம்பல்மேடு.

ஃபிரேமின் மூலையில்
மிட்டாய் விற்பவனின் மணியோசை
தேய்ந்து மறைவது போல நீ சென்று மறைந்தாய்.

இசை நிரம்பிய உன் இதயம் களைத்து விட்டது இன்று.
நீரற்ற ஆற்று மணலில் தெரிகிறது
தனிமையாகப் பயணம் செய்த
உன் வண்டித் தடம்.

சத்யஜித்ரே மறைவு நாளில் எழுதியது

இந்திரன்

நேசம்

வெட்கமற்று நேசிக்கிறேன் உன் உடம்பை
பொய் பேசத் தெரியாத குழந்தையை நேசிப்பது போல்.

ஒப்பனைகள் கலைக்கப் பட்டு
கழுவிச் சுத்தப் படுத்தப் பட்ட உன் ஈர முகத்தையும்
அதில் உதிர்ந்து மிதக்கும் இரண்டு இதழ்களையும்
சாரலாய்த் தெளித்த நறுமணத் தைலம் மணக்க
கனத்துச் சரியும் முலைகளையும்
மெலிந்த தோள்களையும்
அளவான தொடைகளையும்
சுழித்து என்னை உள் வாங்கும் அனைத்தையும்.

உன் மனதில் மெலிதாய் இசைத்துக் கொண்டிருக்கும்
காதலின் ஸ்வரங்களை
கூட்டுக்குள் நீ மறைத்துக் கொள்ள முயல்கிறபோதெல்லாம்
ஒவ்வொரு தொடுதலிலும் ராகமாலிகைகளைக்
காற்றில் ஓவியமாய்த் தீட்டுகிறது உன் மேனி.

தனக்குத் தானே பேசிக் கொள்வது போன்ற உன் மறுப்புகளும்
நெருங்கவும் நீங்கவும் இயலாத உன் தவிப்புகளும்
வெட்கத்தின் மாயக் கதவுகளை இழுத்துத் தாளிடும்.

ஆனாலும் உள்ளிருந்து ஜன்னல் திறந்து
ஊமையர் பாஷையில் உரையாடி
மூச்சுக் காற்றை ஊதிப் பெருக்கி
காமப் பெருங்காட்டைத் தீக்கிரையாக்கி
ஒன்றும் அறியாதது போல்
களைத்த விழி மூடி மார்பில் முகம் புதைத்து
நீண்ட அணைப்பில் உறங்கும்
உன் உடம்பை நான் நேசிக்கிறேன்
ஏனெனில்
உன்னைப் போல்
பொய் பேசத் தெரிவதில்லை உன் உடம்புக்கு.

⊙

மழைக் காதல்

மழையில் நனைந்து முன்னேறும் காருக்கு உள்ளே
நீயும் நானும்

உதடுகளைச் சுழித்து நீ பேசுகையில்
நான் திராட்சைகளைச் சேகரிக்கிறேன்.

காருக்கு வெளியே
துளித் துளியாக வலுக்கத் தொடங்கும் மழை
பல நூற்றாண்டுகளுக்குத் தொடர்ந்து பெய்கிறது.

வார்த்தைகளின் மெலிதான கோடுகளில்
சிறிது சிறிதாய்ப் புலப்படத் தொடங்குகிறது
உனக்குள் புரளும்
கண்ணாடியில் காற்றூதிச் செய்த உலகம்.

காரின் பக்கத்துக் கண்ணாடியில்
கசப்பும் புளிப்புமான அனுபவங்களின்
பிம்பம் தட்டுப்படுவதை
நட்சத்திரங்கள் பார்த்து எனக்குச் சொல்கின்றன.

அச்சேறி உறைந்து போன எனது வார்த்தைகளை
கண்ணாடி அணிந்து நீ படிக்கையில்
அகழ்வாராய்ச்சியில் கிடைத்த குறியீடுகளை
நீ தூரிகையால் சுத்தம் செய்யத் தொடங்கி விடுகிறாய்.

வாசித்துக் கொண்டே
உள்ளங்கையால் வாய் பொத்தி உதிர்க்கும்
உன் சிரிப்பு மத்தாப்புக்களால்
காகித விளக்குகளின் திரி கொளுத்தி
வானம் முழுவதையும் அலங்கரித்து விடுகிறாய்.

ஈர இருளின் உடை அணியத் தொடங்கும் மாலை
இப்போது திருவிழாவுக்குத் தயாராகி விடுகிறது.
ஒருவரை ஒருவர் புரிந்து கொள்ளுதலின்
தறி மெல்ல அசையத் தொடங்குகிறது.

காருக்கு வெளியே
தொல்காப்பியர் காலத்து இலக்கணப்படி
கவிதை தீட்டுகிறது மழை.

இந்திரன்

ஒரு கோட்டுச் சித்திரம்

சில கோடுகளில் உயிர் பெற்று எழும் சித்திரமாய்
என் எதிரே நீ.

கவனமாக மேற்கொள்ளப் பட்ட
மிகக் குறைந்த ஒப்பனையில்
கேசம் மூடிய செவியில்
சின்னதாய்க் கொஞ்சம் தங்கம்.

ஈரக் காகிதத்தில் தூரிகையால் வைத்த
ஒரு சொட்டு நீர் வண்ணம் மெலிதாய்ப் பரவுவது போல்
செவ்வந்திப் பூவிலிருந்து கசிந்த நிறத்தைப் புடவையாய்
ஆவி போல் சுற்றிய அநாயாசம்.

அஞ்சாமை மிக்க நேர்மையை
ஒரு வாசனைத் தைலம்போல்
உடலில் அணிந்து கொண்ட உன்மத்தம்.

புருவ மத்தியில் கருப்புச் சூரியன் சூடி
என் கண்களைப் பார்த்து உதிர்த்த உன் வார்த்தைகள்
ரெஸ்டரண்ட்டின் குளிர்ந்த கண்ணாடிச் சுவர்களில்
நீர் முத்துக்களாய்ப் படிந்து கோடு கோடாய் வழிந்து
உன் பெயரை புதிதாய் எழுதி
உன்னை உனக்கே அறிமுகப்படுத்தும்.

பிரபஞ்சத்தின் சமையல் குறிப்புப் புத்தகம்

வட்டக் கண்ணாடி மேசையில் வைக்கப்பட்ட
மஞ்சள் நிற அன்னாசிப் பழச்சாற்றின் குளிர்மையில்
நான் நம்பிக் கொண்டிருக்கும் பொய்களையும்
நீ நம்பாமல் இருக்கும் உண்மைகளையும்
நினைவுகளின் சுழல் காற்றில்
மணிக்கணக்காய் நாமிருவரும்
கலந்து கலந்து பருகினோம்.

காலம் கடக்க
மணிக்கட்டிலிருந்து உருகி வழிந்த கைக்கடிகாரம் கண்டு
பதறித் துடித்து லிஃப்டைப் பிடிக்க விரைகையில்

மிதந்து மேலெழும் பனிமலை போல்
சூரியனில் பளபளத்தது
நீயும் நானும்
தேடி அலைந்து கொண்டிருக்கும் சுயம்.
◉

இந்திரன்

காட்டுப் பூக்கள்

காட்டுப் பூக்களை எனக்குப் பிடிக்கும்.

தன்னை ரசிப்பதற்கு யாருமில்லை என்று தெரிந்திருந்தாலும்
வித விதமாய்ப் பூத்து ஜொலிப்பதை
அவை நிறுத்துவதே இல்லை.

இந்த பிரபஞ்சத்தில் யாரும் அறிந்திராத
ஏதோ ஒரு மூலையை அலங்கரிக்கும் பணி
தமக்குக் கொடுக்கப் பட்டிருப்பதாக
அவை நம்புவதில்லை என்றாலும்
பூக்கின்றன நாள் தவறாமல்.

ஒரு நாளோ இரு நாளோ
வாடி மண்ணில் உதிர்வதற்குள்
காற்றின் சிறகுகளில் மகரந்தங்களைத் தூவி
வீழ்வதற்குள் ஜொலித்து விடும் ரகசியத்தைக்
கற்றுக் கொடுத்தது யார் அவற்றிற்கு?

இருட்டின் மௌனத்தில் புதைந்த காடுகளின் சுவாசமான
சிள் வண்டுகளின் ரீங்கரிப்பை தினந்தோரும் பருகி
மூங்கில் குருத்துகளைத் தேடி அலையும்
யானைகளின் வினோத வாசனைகளையெல்லாம்
மென்று விழுங்கி
இலைகளை விலக்கி ஊடுருவும்
சூரியக் கிரணங்களின் மழையில் நனைந்து
பூக்கின்றன காட்டுப் பூக்கள்
எதையும் நிரூபிக்கும் ஆசைகள் ஏதுமின்றி.

குளிரூட்டப்பட்ட வரவேற்பறைகளில்
சீன ஓவியங்கள் தீட்டப்பட்ட பீங்கான் தொட்டிகளின்
ரசாயண மண்களில் வேர் பிடித்து
கவனமாக பூக்கும் தொட்டிப் பூக்களைப் போல்
யாரையும் சார்ந்து வாழும் தலைவிதி இல்லை அவற்றிற்கு.
காட்டுப் பூக்களைப் பிடிக்கும் எனக்கு
என்னை எனக்குப் பிடிப்பதுபோல்.

⊙

இந்திரன்

பொம்மை தொழிற்சாலை

மொழிக்குக் கீழே இருக்கும் சுரங்க அறைகளில்
இருக்கிறது
நாங்கள் இறக்கை கட்டி விளையாடுவதற்கான
பொம்மைகளைத் தயாரிக்கும் தொழிற்சாலை.

நான் கூட அங்கேதான் வேலை செய்கிறேன்.

அதிகாலை, மதியம், நடுநிசி என்று
மூன்று ஷிஃப்டுகள்.
தொடர்ந்து உழைக்கிறேன்.

ஆனால் என் மனைவி கடுமையாகப் புகார் சொல்கிறாள்
எனக்குப் பின்னால்
ஒரு சவக்குழி தோண்டப்பட்டுக் கொண்டிருப்பதை
நான் கவனிப்பதில்லை என்று.

தொழிற்சாலையின் அதிகாரிகள்
பார்த்துக் கொள்வார்கள் என்று
நான் அவளிடம் சொல்கிறேன்.

அவள் நம்புவதில்லை ஏனோ.

கடலுக்கு அப்பாலிருந்து
மரணத்தின் வாசனை வருகிறபோதெல்லாம்
அதிகமாகக் கத்துகிறாள் அவள்.

நாங்கள் வழவழப்பான இனிய வலைகளால்
மூக்கைப் பொத்திக் கட்டிக் கொண்டு
எங்கள் வேலைகளைப் பார்க்கிறோம்.

⊙

பரிசுத்த ஆவிகள்

என்னால் நேரில் சந்திக்க முடியாத
கொடுமையான பல ஆட்சியாளர்களை
நான் நரகத்தில் சந்தித்து
ஆசைதீர நாலு வார்த்தை திட்டலாம் என்ற
கனவில் இருந்தேன்.

நரகத்துக்கு வந்து பார்த்தால்தான் தெரிகிறது
அவர்கள் எல்லோரும்
சொர்க்கத்தில் இருக்கிறார்கள் என்பது.

- 21-செப்டம்பர்-2020

இந்திரன்

வாழ்க்கையின் பேச்சு

ஏதாவதொரு மொழியில்
பேச யத்தனிக்கிறது வாழ்க்கை.

கண்ணாடிக் குடுவைக்குள்
ரசாயணத்தில் ஊறும் வெண்புறாக்களை,
அகதி முகாம்களை,
ரத்த வாடை வீசும் கடலின் உப்பை
சாக்கடையில் விழுந்த நிலவை
நிலைக் கண்ணாடிகளுக்குள்
புதையும் எண்ணற்ற பிம்பங்களை...

எல்லாவற்றையும் பேச விரும்புகிறது வாழ்க்கை.

நானோ கவிஞன்.
மொழியின் பாரத்தைத் தாங்க முடியாமல்
அதன் கீழ் அடிக்கடித் தடுக்கி விழுகிறேன் நான்.

ஆனாலும்
என்னிடம் இருப்பதெல்லாம் கொஞ்சம் வார்த்தைகள்
கொஞ்சம் அழுகிப்போன உண்மைகள்
உயிர் நண்பனின் கழுத்தை அறுப்பதற்காய் நீளும் கத்தியாய்
சில நேரங்களில் இனிக்கும் பொய்கள்.

ஆனாலும் என்ன?
கிணற்றின் அடியாழத்தில் நிலவின் பிம்பம்போல்
தளும்பி நிற்கிறது
சக மனிதன் மீது கொஞ்சம் அன்பு.

பிரபஞ்சத்தின் சமையல் குறிப்புப் புத்தகம்

எல்லாம் ஒருநாள் போய் விடும்.

நாம் வெறும் நிர்வாண பிம்பங்களாய்
நிழல் போர்வைகளைத் போர்த்தியபடி
கையில் பிடித்துக் கொண்டிருப்போம் சூன்யங்களை.

திக்குத் தெரியாத காட்டில்
நம் மூதாதையர்களின் வாசனைகளை
நுகர்ந்தபடி வழி கண்டுபிடித்துக் கொண்டு
சுவற்றைத் தடவியபடி முன்னேறுகிறேன்
வார்த்தைகளின் சுரங்கப் பாதைகளில்.

பானைகளை வாங்குவதற்கு முன்
விரல்களால் தட்டிப் பார்த்து வாங்குவதுபோல்
ஒவ்வொரு வார்த்தையையும் தேர்ந்தெடுக்கிறேன் நான்.

ஆனாலும்
என் வாயின் எச்சிலில் ஊறி இருந்த வரையிலும்
அமிர்தமாய் இனித்த வார்த்தைகள்
என் நாவை விட்டு நழுவியதும் பாம்புகளாய் மாறி
விஷம் கக்கும் பற்களோடு
என்னையே துரத்தத் தொடங்கி விடுகின்றன.

⊙

இந்திரன்

பால் வீதி சமைக்கும் பாதங்கள்

1

சூரியக் கிரணங்களைப் போல்
நேர்க்கோட்டில் பயணிப்பதில்லை
காதலின் புதிர்ப் பாதை.

கூந்தலின் உச்சி
நெற்றி,
காது மடல், கன்னத்தில் படர்ந்துள்ள பூனை முடியென்று
முகர்தலின் உளி கொண்டு செதுக்கிய வாசனைச் சிற்பங்களை
சூரிய வெளிச்சத்தில் அடித்துச் செல்கிறது காமத்தின் நதி.

உனக்குப் பிடிக்காத உதட்டு முத்தங்களை
உன் மேல் உள்ள அன்பால் தவிர்க்க இயலும் எனக்கு
உன் முலைகளை முத்தமிடுவதைத்
தவிர்க்க முடிவதேயில்லை ஏனோ.

இழையும் கன்னங்களிலிருந்து சற்றே வழுக்கி
உதடுகளுக்குச் செல்லும் என் பயணம்
உன் மறுத்தலினால்
கழுத்தின் அடிவாரத்தில் நங்கூரமிட்டு நிற்கும்.

அடுத்தது என்னவென்று
கீழ்க்கண் பார்வையால் நீ கண்காணிப்பதை
நிமிர்ந்து பார்த்து விட்டதினால் உற்சாகமடைகிற நான்
மூடிய ஆடைக்குள் புடைத்து நிற்கும் உன் முலைகளில்
என் முகம் அழுந்த முத்தம் இடுகிறேன்.

விரல்கள் கொக்கிகளை ஒவ்வொன்றாய் விலக்க
காலையில் மெல்ல மெல்ல இருள் விலகி
வெளிச்சம் பரவுவது போல் துணி விலக
வெயில் படாமல் வெளுத்த உன் மார்பகத்தில்
மெலிதாய்க் கிளை பிரிந்து ஓடும் நீல நரம்புகள் கண்டு
நிறுத்தி நிதானமாய் முகம் நிமிர்ந்து உன் முகம் பார்க்கையில்
பேச்சற்று நிலை குத்திய உன் பார்வையால்
என்னைக் கொத்தித் தின்கிறாய் நீ.
๏

இந்திரன்

2

ஜன்னலின் திரைச்சீலை வடிகட்டிய சூரிய வெளிச்சம்
மிருதுவாய் உன் மேல் விழுந்து வருட
நிர்வாண முலைகள் மல்லாந்து படுத்ததால்
வட்டப் பாத்திர நீராய்த் தளும்பி நிற்கும்.

வெட்கத்தில் மார்பின் மேல் குறுக்காய் கைகட்டி
விழியோரம் புன்னகைக்கும்
உன் கடைசி நேர தயக்க வைராக்கியம்
ஒரு வேகத்தடையாய் என்னை
ஒரு நிமிடம் நிறுத்தி வைக்கும்.

பெண்மையின் நாணம்
இரும்பாய் உன் பிடியை இறுக்க
மூடிய உன் விழிகளில் நான் பதிக்கும் முத்தங்களால்
இளகுகிறாய் நீ...

சூரியனின் ஒளி படர
ஓசையின்றி அவிழும் தாமரை இதழ்களாய்
இறுகக் கட்டிய கரங்கள் மெல்ல அவிழ
சரிந்த முலைகளில் மாணிக்க லிங்கமாய்ச் சிவந்த
காம்புகளைச் சுவைக்கையில்
வியக்கிறேன்
உன் விடுகதைக்கான விடை எது என்று.

⊙

3

மூடிய ஆடைகளை முழுதுமாய்க் களைகையில்
சலசலத்துப் பாய்கிறது தெளிந்த நீராய்
உன் புனித நிர்வாணம்.

உன் உடம்பின் தோட்டத்தில் உலாவுகையில்
ஒவ்வொரு மலர்ச் செடியும் தனக்கான
பிரத்யேக வாசனையை சுவாசத்தில் விதைக்கிறது.

அடர்ந்த கானகத்தை ஊடுருவும் சூரியக் கிரணமாய்
உன் ஒவ்வொரு துவாரத்தையும் தொட்டுத் தடவி
உள் நுழைந்து தேடுகிறேன்
உன் உடம்புக்குள் ஒளிந்திருக்கும் உன்னை.

வியர்த்துக் களைத்து
சுவாசம் சீர்ப்படுகையில்தான் தெரிய வருகிறது
உன் உடம்புக்குள் ஒளிந்திருக்கும் நீ
நானன்றி வேறில்லை என்பது.

உனக்குள் இருக்கும் என்னை நானும்
எனக்குள் இருக்கும் உன்னை நீயுமாய்த்
தேடியலைந்த தெருக்களின் புழுதி படிந்த நம் பாதங்களால்
பிரபஞ்ச வெளியில் பால் வீதிகளைச் சமைக்கிறோம் நாம்.

◉

இந்திரன்

போர் முடிந்து விட்டது

இறக்கைகள் வெட்டப்பட்ட பறவையைப் போல
கடலில் விழுந்து கிடக்கிறது சூரியன்

மொத்த வாயு மண்டலமும்
துரோக விஷம் கலந்து விம்மி நிற்கையில்
அகரத்தை சுவாசிக்கும் நாசிகள்
பிராண வாயு தேடி மூச்சுத் திணறி நிற்கின்றன

தலைவர்களின் நாவுகளில் கசக்கும் சுயநல அமிலத்தில்
மெல்லக் கரைகிறது மிட்டாய் போல தீவு.

வஞ்சகக் கறை படிந்த வாளைக் கழுவும்
கொண்டாட்டம் தொடங்கி விட்டது.

இசைக் கலைஞர்களே!
உலகின் எண்திசைகளிலிருந்தும் வாருங்கள்
உங்கள் இசைக்கருவிகளை மீட்டி வாழ்த்துப் பாடுங்கள்

கவிஞர்களே! பொன்னாடைகளைப் போர்த்துங்கள்
புன்னகைகளைப் பரிமாறிக் கொள்ளுங்கள்
விருதுகளைப் பெற்றுச் செல்லுங்கள்

பிரபஞ்சத்தின் சமையல் குறிப்புப் புத்தகம்

காணாமல் போன கடவுள்
காற்றில் பாய் மரம் விம்மியபடி வரும்
ஏதேனும் ஒரு கப்பலில்
தங்களைக் காக்க வருவானோ என்று எதிர்பார்த்தபடி
பனை மர உச்சியில் ஏறி பார்த்திருக்கிறது
புராதன இனம் என்பதைக் கண்டு கொள்ளாதீர்கள்.

விருந்து தொடர்ந்து நடைபெறட்டும்
சிவப்புச் சாராயமாக
உங்கள் சொந்த சகோதரர்களின் ரத்தம்
பரிமாறப்படும் என்பதை மறந்து விடாதீர்கள்.

⊙